BÀI GIẢNG CỦA THẦY

TÂM YẾU ĐƯỜNG TU

BÀI GIẢNG CỦA THẦY

TÂM YẾU ĐƯỜNG TU

SONAM RINPOCHE
& GARCHEN RINPOCHE

Việt dịch: HIẾU THIỆN - TÂM BẢO ĐÀN
Hiệu đính: THANH LIÊN - NGUYỄN MINH TIẾN

SONAM RINPOCHE
& GARCHEN RINPOCHE

Việt dịch: **HIẾU THIỆN - TÂM BẢO ĐÀN**

Hiệu đính: **THANH LIÊN - NGUYỄN MINH TIẾN**

Bài Giảng Của Thầy

tâm yếu đường tu

NHÀ XUẤT BẢN LIÊN PHẬT HỘI
UNITED BUDDHIST PUBLISHER

Với cả tấm lòng

" Nguyện con luôn thấy được
Tất cả việc thầy làm
Đều nhiệm mầu trong sáng."

Gọi Thầy từ chốn xa

Bài giảng của Thầy là hợp tuyển các bài giảng pháp của hai vị Đạo sư tôn quý dòng *Drikung Kagyu*: *Sonam Rinpoche* và *Garchen Rinpoche* (tại Việt Nam) trong năm 2009 - 2010.

Trong tập bài giảng của *Sonam Rinpoche*, chúng tôi tập trung vào các buổi giảng về *ngondro* - là phần thực hành trọng tâm của các đạo hữu Kim Cang Thừa ở Việt Nam hiện nay. Nội dung chính yếu là những gì chúng tôi chắt lọc từ các phần ghi âm bài giảng của *Rinpoche* ở Lạc Phố (trong chuyến đi của Thầy về Việt Nam năm 2009), ở Nepal (trong chuyến các đạo hữu Drikung tới thăm tu viện của Ngài ở Kathmandu, tháng 3 năm 2010) và một vài địa điểm khác. Vì có sự lặp lại ở các buổi giảng khác nhau nên chúng tôi đã biên tập và thêm các tựa đề để người đọc tiện theo dõi. Các bài giảng của *Sonam Rinpoche* trong chuyến đi

Việt Nam năm 2009 có khá nhiều nhưng do thiếu một số phần ghi âm nên không đưa vào được đầy đủ như mong muốn.

Vào tháng 9 năm 2010, khi gặp Rinpoche ở Bokharbu, Ấn Độ, chúng tôi đã được Thầy giúp chỉnh sửa lại những chỗ sai sót. Thầy cũng bổ sung thêm một số chi tiết mới để các phần trình bày được hoàn chỉnh hơn. Một số phần của pháp thoại chỉ dành cho thính chúng giới hạn đã được Thầy cho phép lược bớt.

Có được tập bài giảng này là nhờ công ghi âm, xử lý và lưu giữ, ghi chép, hiệu đính, biên tập, trang trí ấn bản điện tử của tập thể các đạo hữu: Việt, Tuyết, Đức, Hương, Tịnh Ngộ, Thu, Liên Hoa Tâm, Hiếu Thiện.

Tập bài giảng của *Garchen Rinpoche*, gồm có bài pháp thoại tại lễ quán đảnh Phật Dược Sư, bài giảng "Ba Mươi Bảy Pháp hành Bồ Tát đạo", và các buổi vấn đáp tại Hà Nội vào tháng 5 năm 2010. Phần vấn đáp đã được sắp xếp lại theo chủ đề nhưng nội dung các câu hỏi và trả lời không thay đổi. Chúng tôi đã lược bớt những phần trùng lặp từ các nội dung ghi âm.

Công việc ghi âm, ghi hình các bài giảng do đạo hữu Việt, Đức, Trụ, Tịnh Ngộ thực hiện. Việc ghi chép lại các phần ghi âm bắt đầu từ tháng 6 năm 2010 với sự tham gia nhiệt tình của các đạo hữu: Việt, Ly, Trung, Giang, Diệu

Bạch, Đức, Thanh, Huyền, Hương, Liên Hoa Tâm... Tham gia hiệu đính phần Việt dịch gồm có thầy Chúc Khả, các đạo hữu Tâm Bảo Đàn, Hiếu Thiện cùng với sự giúp đỡ của Lama Dương Đạt.

Ngoài ra còn có hai bài pháp thoại của đức *Đạt-lai Lạt-ma* tại Ladakh cũng được đưa vào đây, tuy ngắn gọn nhưng rất sâu sắc và súc tích. Trong pháp thoại, Ngài đề cập đến tánh Không – một khái niệm quan trọng nhưng rất khó nắm bắt đối với nhiều người – với ngôn ngữ chính xác, cô đọng nhưng rất giản dị, dễ hiểu. Đức *Đạt-lai Lạt-ma* cũng phân tích tầm quan trọng của pháp Nhập Bồ Tát hạnh mà Ngài Garchen đã dạy trong chuyến đi Việt Nam vừa qua. Ngoài ra đức *Đạt-lai Lạt-ma* còn nhấn mạnh tầm quan trọng, ý nghĩa của thảo luận (discussion) và tranh luận (debate) trong việc học Pháp. Đây cũng là những gì mà ngài *Sonam Rinpoche* nhấn mạnh như là chủ đề chính trong những buổi Pháp đàm và Pháp thoại của Ngài với các đạo hữu Việt Nam trong năm 2010.

Lời Thầy là Pháp bảo muôn vàn trân quý. Mỗi chữ, mỗi lời là một viên ngọc lấp lánh ánh sáng diệu kỳ. Chúng tôi xin trân trọng gửi đến các huynh đệ tỷ muội món quà khiêm tốn này với mong ước các bạn sẽ đón nhận với tất cả tấm lòng; sẽ trân trọng ghi khắc trong tâm từng chữ, từng lời từ kim khẩu của các bậc Đạo sư tôn quý.

Bài giảng của Thầy tuy không lớn nhưng là kết tinh rất nhiều công sức, tình yêu và tâm huyết của những ai đã gắn bó với công việc này trong suốt thời gian qua. Tuy nhiên, do trình độ tu học còn hạn chế, việc ghi chép, dịch, hiệu đính, biên tập không tránh khỏi có nhiều sơ sót. Kính mong bạn đọc gần xa hoan hỷ lượng thứ và tận tình đóng góp ý kiến.

Nguyện cầu *Bài giảng của Thầy* sẽ trở thành người bạn đồng hành của quý đạo hữu trên con đường tu tập.

Nguyện cầu ánh sáng diệu kỳ từ những lời vàng của các bậc Đạo sư kính yêu luôn tràn ngập tâm hồn của mỗi chúng ta.

Những người thực hiện

Đức Đạt-lai Lạt-ma XIV

Bài thuyết pháp tại Ladakh

"Pháp chân thật có nghĩa là thực sự đi thật xa, thật sâu, vào tận bên trong."

Đức Đạt-lai Lạt-ma XIV

Để trở thành một con người có đạo đức - một con người có tình thương yêu rộng lớn - chúng ta không nhất thiết phải theo một tôn giáo nào cả. Hàng ngàn năm nay, chuẩn mực đạo đức đã tồn tại và tiếp tục tồn tại [trong các hệ thống tôn giáo lẫn thế tục]. Hiến pháp Ấn Độ cũng dựa trên nền tảng căn bản của chuẩn mực đạo đức này.

Hơn nữa, khi bàn về các chuẩn mực đạo đức ta không nhất thiết phải đề cập tới những khái niệm như "Niết-bàn". Đạo Phật phát triển trên căn bản là sự hiểu biết "cái đang tồn tại ở đây" và Phật giáo không tin vào bất cứ một đấng tạo hóa hay một vị thần nào cả. Trong khi đó các tôn giáo hữu thần lấy đức tin vào Thượng đế, Đấng tạo hóa, thần linh làm cơ sở căn bản. Đạo Phật và một số tôn giáo khác như Kỳ Na Giáo hoặc Ấn Độ Giáo (Hindu giáo) [có thể nói là] vô thần vì không tin vào Thượng đế. Họ giải thích sự sinh tồn, vũ trụ bằng thuyết nhân quả – mọi thứ đều do nhân duyên hợp thành.

Tuy nhiên có sự khác biệt giữa Đạo Phật và hai tôn giáo kia ở chỗ họ tin vào sự phụ thuộc (*dependence*) mà triết học Phật giáo không công nhận. Đạo Phật tin rằng những cảm xúc của chúng ta xuất hiện do nhân và duyên. Luật nhân quả là cốt lõi của giáo lý Phật-đà. Vì thế, Đức Phật đã dạy *Tứ diệu đế* (Bốn chân lý) với hai chân lý đầu tiên là *Khổ đế* và *Tập đế*: [sự thật về khổ đau và những nguyên nhân của khổ đau]. Việc hiểu rõ nguyên lý đoạn diệt khổ đau chính là *Diệt đế*. Và con đường để thực hiện điều này là Đạo đế. Như vậy *Tứ diệu đế* hoàn toàn dựa trên cơ sở của luật nhân quả.

Giáo lý Phật giáo hoàn toàn dựa trên cơ sở thực tế. Khi ta nói về một cảm giác đau là ta nói về một trạng thái tinh thần. Đó chính là tâm – cái trực tiếp trải nghiệm cảm giác đó. Ta biết rằng nó tốt hay không tốt. Vì có những cảm giác này nên ta tìm cầu hạnh phúc. Với động cơ mưu cầu hạnh phúc, với hiểu biết về lý nhân quả và nghiệp, ta sẽ biết cách sống sao cho phù hợp.

Có một nhà khoa học nổi tiếng, ông Hawking, cũng đã nghiên cứu và đưa ra kết luận rằng không có Đấng tạo hóa nào cả – vạn vật trong vũ trụ đều do nhân duyên mà hợp thành. Ông Hawking cũng có những quan điểm về đạo Phật như Albert Einstein – ông cho rằng quan điểm của đạo Phật tương đồng với khoa học. Ông nói rằng đạo Phật khác với các tôn giáo khác ở chỗ các tôn giáo khác đều dựa trên đức tin ở chừng mực nào đó. Ông không lập luận chống lại các tôn giáo khác mà chỉ muốn nêu ra một sự thật. Đây là điều rất quan trọng mà chúng ta cần phải biết.

Thậm chí trong Phật giáo cũng có những trường phái khác nhau như tông Duy Thức, tông Trung quán. Các trường phái này bác bỏ các quan điểm triết học hữu thần. Đồng thời tông Trung quán cũng bác bỏ một số quan điểm của tông Duy thức. Đã có rất nhiều cuộc tranh luận triết học trong quá khứ giữa các tông phái khác nhau.

Trong một cuốn sách của ngài Thanh Biện (Bhavaviveka), một đạo sư Ấn Độ vĩ đại, có nhắc tới ngài Vô Trước (Asanga), người sáng lập ra tông Duy Thức và người em của ngài là Thế Thân (Vasubandhu). Vì ngài Thanh Biện theo tông Trung quán trong khi ngài Vô Trước và ngài Thế Thân thì lại bác bỏ quan điểm của Trung quán, nên trong cuốn sách đó Ngài đã gọi các bậc thầy này là "những vị thầy vô sỉ" (shameless masters). Tuy nhiên, đó là ngôn từ triết học. Điều đó không có nghĩa là ngài Thanh Biện không kính trọng ngài Vô Trước. Là một bậc thầy lớn của Phật giáo, chắc chắn là ngài có lòng kính trọng đối với ngài Vô Trước và ngài Thế Thân. Nhưng khi bàn luận các vấn đề của triết học thì những ngôn từ như vậy vẫn được dùng.

Cũng như hôm qua, trong một buổi nói chuyện ở Kargil, tôi ca ngợi đạo Hồi, thì tôi có căn cứ để làm việc đó, vì công lao của các truyền thống tôn giáo trên thế giới đối với nhân loại vô cùng to lớn. Hàng triệu triệu con người trên thế giới được lợi lạc từ các truyền thống tôn giáo khác nhau. Và đây là nguyên nhân để chúng ta có lòng kính trọng đối với các tôn giáo khác. Trong khi chúng ta gìn giữ và phát triển đức tin, tâm chí thành đối với truyền thống của mình thì ta cũng phải kính trọng các truyền thống khác.

Ngài Nguyệt Xứng (Candrakirti) cũng đã bác bỏ quan điểm của ngài Thế Thân, ngài Hộ Pháp (một luận sư của Duy Thức Tông) và các vị Đạo sư khác. Ngài Nguyệt Xứng nói rằng họ không hiểu giáo lý một cách thật sự rốt ráo về bản chất rất vi tế của các mối quan hệ tương thuộc, tương duyên giữa các sự việc hay hiện tượng. Vì vậy, khi xem xét mọi thứ trong vũ trụ ta phải dựa trên cơ sở quan hệ nhân quả.

Đạo Phật giải thích rất rõ ràng rằng vạn pháp đều do duyên khởi mà thành. Chính trên cơ sở đó đạo Phật giải thích mọi hiện tượng bao gồm cả việc vũ trụ được hình thành như thế nào một cách rất đầy đủ, chính xác.

Giáo lý Phật-đà được gọi là "Dharma" (Pháp). Trong tiếng Tây Tạng, Dharma được dịch là *Chos*, có nghĩa là "có tác dụng chỉnh sửa/chuyển hóa". Chuyển hóa ở đây có nghĩa là chuyển hóa tâm vô kỷ luật. Chúng ta có đủ mọi ý nghĩ trong đầu – một số có hại cho ta còn một số khác thì có lợi. Thực hành Pháp là chuyển hóa tâm của mình từ tâm vô kỷ luật thành tâm có kỷ luật. Nhờ vậy ta có thể chuyển hóa hoàn cảnh của mình – hoàn cảnh khổ đau về bản chất – thành trạng thái hỷ lạc, thành Niết-bàn.

Ta không thể tức thì đạt được Niết-bàn hay Diệt đế và Đạo đế. Phải qua công phu hành trì lâu dài thì Diệt đế và Đạo đế mới trở thành hiện thực. Chữ *Buddha* hay *Bodhi* trong tiếng Phạn dịch sang tiếng Tây Tạng là *Sangye* hay *changchup*. *Changchup* có nghĩa là *giác ngộ*, là quả Phật. Chữ *Sangye* trong tiếng Tây Tạng: *sang*" có nghĩa là *đoạn diệt ô nhiễm, che chướng*, còn *gye* là *toàn giác*. Khi đạt tới quả Phật là trở thành *toàn giác*, thoát khỏi mọi nhiễm ô, che chướng.

Ngài Long Trí (*Nagabodhi*) nói: "Quả Phật không phải một điều được ban cho chúng ta, mà ta phải tự mình nỗ lực để đạt tới." Chúng ta phải dụng công, phải nỗ lực. Và ngài cũng nói rằng giác ngộ không thuộc sở hữu của riêng ai, nếu ta nỗ lực đầy đủ thì sẽ đạt tới cứu cánh tối hậu này. Không có một đấng tạo hóa hay một vị thần nào có thể ban cho ta cứu cánh ấy.

Theo Phật giáo Đại thừa, trong truyền thống Trung quán ngài Long Thọ dạy rằng có hai trở ngại cho việc đạt được cứu cánh tối hậu. Thứ nhất, đó là nuông chiều cái ngã của mình – yêu quý, nuông chiều bản thân mình hơn chúng sinh khác. Để vượt qua được chướng ngại này, cần phải trưởng dưỡng tâm từ bi, là cơ sở cho tâm Bồ-đề phát triển. Chướng ngại thứ hai là dính mắc vào cảm giác bị lệ thuộc. Khi nghĩ về cái "tôi" ta có cảm giác rằng cái "tôi" này là một tự thể tự nó tồn tại. Đó là "chấp ngã", chấp vào một cái ngã tự tồn tại và độc lập đối với mọi yếu tố khác.

Để vượt qua hai chướng ngại nói trên, chúng ta cần học bộ luận *Nhập Bồ Tát hạnh* (*Bodhicaryavatara*) của ngài Tịch Thiên (*Shantideva*). Đây là bộ luận hay nhất trong các bộ luận do các bậc thầy Ấn Độ để lại.

Hôm nay chúng ta nhận quán đảnh Quán Thế Âm. Đức Quán Thế Âm là hiện thân của lòng từ bi – cốt lõi của Bồ tát Hạnh – vì vậy tôi sẽ có một bài Pháp thoại ngắn về bộ luận quan trọng này.

Trong giáo pháp của đức Phật, có những lời dạy về trí tuệ, có những lời dạy về từ bi. Có nhiều luận giải do các bậc thầy viết về các giáo huấn của đức Phật. Chẳng hạn như Tổ Di-lặc để lại Hiện quán Trang nghiêm luận (*Abhisamayalankara*), Đại thừa kinh Trang nghiêm luận (*Mahayanasutralankara*), và luận giải Du-già Sư Địa luận (*Yogacarabhumisastra*) của ngài Vô Trước.

Các bộ luận này nói về pháp tu để trưởng dưỡng tâm Bồ-đề. Bồ Tát Long Thọ có bộ Thích Bồ-đề tâm luận (*Bodhicittavivarana*), trong đó Ngài bàn về pháp tu để phát triển cả hai khía cạnh trí tuệ và tâm Bồ-đề. Một bộ luận khác của ngài Long Thọ luận về Tánh Không là Bảo tràng luận (Rajaparikatha-Ratnavali), còn gọi là Bảo hành vương chính luận.

Ngài Tịch Thiên cũng có một bộ luận khác là Tập Bồ Tát học luận (*Siksamuccaya*). Trong quyển này, ngài đề cập tới những giáo huấn của đức Phật nằm trong nhiều bộ kinh khác nhau.

Trong bộ luận Nhập Bồ Tát hạnh, ngài Shantideva đã luận về tánh Không trong chương 9; trong chín chương còn lại ngài luận về tâm Bồ-đề. Ở cả Tây Tạng và Ấn Độ, có thể nói không có giáo huấn nào cao hơn giáo huấn này về tâm Bồ-đề.

Để hiểu được Nhập Bồ Tát Hạnh của ngài Tịch Thiên, cần phải đọc các bộ luận như Căn bản Trung quán luận tụng (*Mulamadhyamakakarika*), gọi tắt là Trung quán luận (*Madhyamakasastra*) của ngài Long Thọ, Nhập Trung quán luận (*Madhyamakavatara*) của ngài Nguyệt Xứng (*Candrakirti*) và Tứ bách tụng luận (*Catuhsakata*) của ngài Thánh Thiên, vì Nhập Bồ Tát hạnh dựa trên cơ sở của các bộ luận này.

Nhập Bồ Tát hạnh gồm cả thảy 10 chương như sau:

Chương 1: Những lợi lạc của Bồ-đề tâm,
Chương 2: Sám hối tội nghiệp,
Chương 3: Phát tâm Bồ-đề (hay Bồ-đề tâm nguyện),
Chương 4: Thực hành tâm Bồ-đề (hay Bồ-đề tâm hạnh),
Chương 5: Chánh niệm, tỉnh giác,
Chương 6: Nhẫn nhục,
Chương 7: Tinh tấn,
Chương 8: Thiền định,
Chương 9: Trí tuệ (hay Tánh Không),
Chương 10: Hồi hướng.

Tóm lại, bộ luận bao gồm đủ Sáu Ba-la-mật. Trong đó, chương 4, chương 5 chủ yếu nói về hạnh trì giới, và trong các chương từ một tới năm đều có nói về hạnh bố thí.

Đạo Phật luôn nhấn mạnh tới việc phát triển trí tuệ. Ta cần phải nghiên cứu, khảo sát bản chất của sự việc, hiện tượng thông qua việc vận dụng trí tuệ, khả năng tư duy, lập luận.

Mọi rắc rối, sai lầm đều bắt nguồn từ sự ngu si, vô minh: vô minh về đủ loại sự vật, hiện tượng và vô minh về bản chất của vạn pháp. Do vô minh mà chúng ta gây ra đủ loại phiền não và đau khổ, chướng ngại. Chúng ta yêu quý bản thân hơn chúng sinh khác cũng do bởi vô minh. Nếu quý vị thấu suốt được cái lợi của việc yêu quý chúng sinh khác hơn chính bản thân mình thì sẽ đặt quyền lợi của các chúng sinh cao hơn lợi ích bản thân mình. Nhưng thông thường ta hay làm ngược lại.

Khi cầu nguyện, ta phải cầu nguyện bằng tất cả thân, khẩu, ý của mình. Nhưng trên thực tế ta chỉ [đọc lời] cầu nguyện bằng miệng và dừng lại ở đó. Nếu chúng ta cầu nguyện với tâm Bồ-đề, có nghĩa là từ sâu thẳm trong tâm ta mong ước mãnh liệt cho lợi lạc của hết thảy hữu tình chúng sinh, nguyện cho tất cả chúng sinh đều thành Phật đạo, thì công đức do thiện nghiệp đã tạo với động cơ mãnh liệt như vậy sẽ liên tục phát triển không bao giờ dứt.

Vì vậy, cần phải nhắc đi nhắc lại rằng, bất cứ việc tốt lành nào quý vị làm đều phải gắn liền với một động cơ cao quý là tâm Bồ-đề.

Chương 9 trình bày về trí tuệ, ở đây là trí tuệ nhận biết Tánh Không, tức bản chất tương sinh tương duyên của tất cả các pháp. Sự nhận biết này rất quan trọng trong việc tu hành. Ngay khi đức Phật tuyên thuyết *Tứ diệu đế* trong lần chuyển pháp luân đầu tiên, ngài đã đề cập tới vấn đề này. Trong Diệt đế, đức Phật đã chỉ rõ vạn pháp tồn tại theo nguyên lý nào.

Giáo huấn của đức Phật được gọi là giáo huấn tuệ giác siêu việt, [được trình bày trong kinh Bát-nhã Ba-la-mật]. Cốt lõi của kinh Bát-nhã Ba-la-mật được thể hiện trong chương 9 này.

Chính vì kinh Bát-nhã Ba-la-mật này mà trong quá khứ có nhiều quan điểm cho rằng các kinh Đại thừa không do đức Phật tuyên thuyết. Vì vậy Ngài Long Thọ đã chứng minh rằng giáo lý Đại thừa là kinh đức Phật thuyết giảng trong cuốn *Bảo hành vương chính luận* (còn gọi là *Bảo tràng luận*). Và Đại sư Thanh Biện (*Bhavaviveka*), một vị đạo sư của tông Trung quán cũng chứng minh rằng giáo lý Đại thừa là do chính đức Phật tuyên thuyết. Trong bộ Trung quán tâm luận tụng (*Madhyamakahrdayakarika*) Ngài đã trình bày rất chi tiết các cách lý giải, các luận cứ để chứng minh điều đó.

Chúng ta cần phải căn cứ vào hiện thực,

vào sự việc có thật với một thái độ khách quan, trung thực, không thiên kiến. Khi ta nghiên cứu thực tại, ta không thể chỉ dựa vào bản thân giáo lý, vào uy tín, sức mạnh của giáo huấn, mà phải vận dụng trí tuệ của mình, phải sử dụng lô-gích và khả năng phân tích lập luận. Khi dùng lô-gích và phân tích lập luận, ta sẽ thấy rằng giáo huấn của đức Phật không thể chỉ dừng lại ở *Tứ diệu đế* hay *Ba mươi bảy phẩm trợ đạo*. Đặc biệt, theo giáo lý Tiểu thừa, trong phần *Diệt đế* có 16 phẩm chất của *Tứ diệu đế*. Trong phần giáo lý về *vô ngã* – khái niệm quan trọng của kinh điển Pali – thì *vô ngã* được trình bày ở mức sơ lược. Nếu chỉ như vậy thì không đủ để lý giải rốt ráo ý nghĩa của *Diệt đế* và *giải thoát*. Lý luận về việc chấm dứt đau khổ và khả năng đạt tới Niết-bàn cũng chưa thật sự đầy đủ và rốt ráo. Trong khi đó, trong giáo lý Đại thừa và pháp tu Đại thừa có áp dụng rất nhiều cách luận giải, phân tích.

Tôi có gặp một giáo sư Hàn quốc, đang viết một cuốn sách về đức Phật Thích-ca Mâu-ni. Khi viết sách, ông ta đã so sánh đức Phật với bản thân tôi. Đức Phật là người đã tu tập qua ba a-tăng-kỳ kiếp và tích lũy vô lượng công đức, có vô lượng phẩm hạnh không thể nghĩ bàn. Vì vậy, không thể so sánh với tôi, một tăng sĩ bình thường. Tại sao ông ta lại có ý nghĩ kỳ lạ như vậy? Đó là vì ông ta không biết gì về đức

Phật cả. Ông ta không có một khái niệm nào về bốn thân Phật – là khái niệm chính yếu để hiểu được cấu trúc của giáo lý Phật-đà. Tôi đã gửi một người phiên dịch, một vị Geshe, đến gặp ông giáo sư ấy để giải thích cho ông ta hiểu về bốn thân Phật.

Trong truyền thống Phật giáo có bốn yếu tố căn bản có giá trị chân thật: giáo lý chân thật của đức Phật, luận giảng chân thật [của các bậc thầy về giáo lý], các bậc thầy chân thật và sự trải nghiệm chân thật.

Trước hết, chúng ta có giáo lý do chính đức Phật trao truyền (giáo lý chân thật). Kế đó, ta có những luận giảng để làm rõ nghĩa các giáo huấn (luận giảng chân thật), rồi ta có Guru (bậc thầy chân thật) và qua tu tập [đúng đắn] ta có sự trải nghiệm trực tiếp [về sự giải thoát] (trải nghiệm chân thật).

Đó là trình tự mang tính lịch sử. Nhưng nếu xét từ quá trình phát triển sự xác tín của mỗi cá nhân về giáo lý thì người tu phải bắt đầu từ sự trải nghiệm cá nhân nơi bản thân mình. Sau khi lắng nghe giáo lý, quý vị phải thực hành những lời chỉ dạy và có sự trải nghiệm cá nhân thực sự (trải nghiệm chân thật).

Khi quý vị có sự trải nghiệm chân thật, ví dụ như trải nghiệm về tánh Không, về tâm Bồ-đề, thì khi đó quý vị mới thật sự thấy những điều này rất lợi lạc, có giá trị thực tế. Và nhờ đó quý vị thấy bậc thầy mình là người đáng tin cậy để đứng ra trao truyền giáo lý của đức Phật (bậc thầy chân thật). Và quý vị cũng thấy rằng vị thầy (Guru) ấy tin tưởng các giảng luận của Bồ Tát Long Thọ, của ngài Vô Trước và các đệ tử của các ngài... thì như vậy các giảng luận về giáo lý đó phải có giá trị chân thật (luận giảng chân thật). Và vì các vị Bồ Tát này có lòng tin mãnh liệt, có lòng kính ngưỡng vô bờ đối với giáo lý của đức Phật nên ta biết rằng đức Phật là bậc Thầy vĩ đại [và giáo huấn của ngài chính là giáo lý chân thật]. Như vậy, người tu phải đi theo một trình tự hoàn toàn ngược lại.

Tại sao tôi phải phân tích kỹ điều này? Để chúng ta thấy rõ tầm quan trọng của việc phải hiểu đúng về bốn thân Phật. Chỉ kinh điển Pali thôi không đủ, chúng ta phải có kinh điển Đại thừa. Nếu không thì chúng ta sẽ rất khó để hiểu được rằng đức Phật không phải đơn thuần là một người bình thường sinh ra ở Ấn Độ vào thời điểm đó, chừng ấy năm trước đây, mà ngài chính là hóa thân của một vị Phật. Và hóa thân đó phải từ một Báo thân Phật, mà Báo thân đó chắc chắn phải là ở một cõi tịnh độ v.v...

Thực ra tất cả những điều này được giải thích rất cặn kẽ, rõ ràng trong Mật điển và vì vậy mà có được cả giáo lý Đại thừa Hiển giáo và Mật thừa là một điều rất quý báu. Quý vị có thể nghe người nào đó nói rằng kinh điển Đại thừa không phải do đức Phật thuyết giảng và Kim Cương thừa là một phần của đạo Hindu chứ không phải giáo lý của đức Phật. Và khi đó quý vị phải có luận cứ chắc chắn để thuyết phục họ rằng giáo lý Đại thừa Hiển giáo và Kim Cang thừa là do chính đức Phật thuyết dạy.

Trong chương 9, ngài Tịch Thiên bác bỏ quan điểm của đạo Hindu về sự tồn tại của linh hồn. Trong đạo Phật cũng có các trường phái triết học khác nhau như Hữu bộ (*Vaibhasika*), Kinh lượng bộ (*Sautrantika*), Duy thức (Cittamatra) và Trung quán (Madhyamika). Các trường phái này với những quan điểm triết học khác nhau đều thống nhất là không có "*ngã*" trong con người. Họ cho rằng, không có một cái "ngã" độc lập như cái "*ngã*" mà thuyết về linh hồn quan niệm – một cái "*ngã*" có thể rút lại thành tư tưởng chấp ngã.

Trong khi các quan điểm *vô ngã* này giúp ta không bị *chấp ngã* trong con người, ta vẫn có thể kẹt vào cái "*ngã*" nơi vạn pháp. Ví dụ, trường phái Tiểu thừa như Hữu bộ không nói đến sự *vô ngã* nơi các pháp.

Tông Duy thức nói những sự vật, hiện tượng mà ta nhìn thấy như tồn tại bên ngoài thật ra chỉ là cái mà ta cảm nhận thôi chứ không phải là sự thật. Họ bác bỏ tính khách quan, bên ngoài của vạn pháp theo cách đó. Tuy bác bỏ như vậy, họ vẫn cho rằng cái tâm thức nhận biết những thứ này là tự nó hiện hữu. Họ cho rằng ta thấy được sự vật hiện tượng là nhờ một hạt giống gieo trong quá khứ. Vì hạt giống này nên mới sinh ra "*năng*" (chủ thể) và "*sở*" (khách thể). Và vì thế nên cả hai đều không có tính nhị nguyên, tức là bất khả phân, xét từ góc độ cái "hạt giống ban đầu" kia. Từ đó họ khẳng định tính bất nhị, tính bất khả phân của *chủ thể* và *khách thể*. Điều này được xem như là "*vô ngã*" của các pháp theo tông Duy thức.

Sau đó, tông Trung quán lập luận rằng mặc dù tông Duy thức nhận ra được *vô ngã* của hiện tượng ngoài trần cảnh nhưng họ vẫn còn chấp vào tính khách quan của vạn pháp. Vì vậy, mặc dù họ giảm được chấp vào "*ngã*" bên trong nhưng vẫn kẹt ở chỗ cho rằng *thức* [là một thực thể] tự nó tồn tại. Và khi vẫn cho rằng *thức* tự nó hiện hữu thì không thể thoát khỏi sự bám chấp vào tính tồn tại khách quan, độc lập của các sự vật, hiện tượng bên ngoài.

Hiểu về "*năng-sở*" và tánh Không theo quan điểm Trung quán thì ý nghĩa rộng hơn nhiều. Trong Tâm kinh Bát-nhã cũng dạy rằng *ngũ uẩn* đều *không có tự tánh*. Sau đó, kinh cũng dạy rằng các cảm xúc cũng *không có tự tánh*. Ta cần phải hiểu về bốn thân Phật để hiểu rốt ráo những vấn đề vi tế của tâm. Chúng ta cần phải hiểu Mật điển cao cấp giải thích về thân và tâm như thế nào.

Kim Cương thừa còn có tên là Mật thừa, Chân ngôn thừa: *Tantrayana*, *Mantrayana*. Chữ *tantra* là *bí mật*, vì cần phải tu một cách bí mật. Khi hành giả đã thọ quán đảnh thì phải giữ giới nguyện: tu pháp Bổn tôn thì không được tiết lộ pháp tu cho người không có đức tin hay chưa đủ trình độ thọ nhận pháp đó.

Ngay cả giáo lý Đại thừa cũng chỉ được đức Phật dạy cho một số ít đệ tử được chọn lọc rất hạn chế, những người đã thanh tịnh nghiệp ở mức cao. Thế nhưng, Mật tông được truyền cho một nhóm đệ tử được chọn lọc còn nghiêm ngặt hơn thế nữa. Đó là những người có khả năng tu tập Mật tông một cách đúng đắn mà không phạm phải lỗi lầm.

Chữ *mantra* trong tiếng Phạn có nghĩa là *bảo vệ tâm*. Chữ *man* là *tâm*, còn chữ *tra* là *duyên* hay *bảo vệ*. *Mantra* có nghĩa là "*bảo vệ tâm thoát khỏi những quan niệm thông thường sai lầm về cái ngã*".

Một khi đã thọ nhận giáo lý Mật thừa, nhận quán đảnh và bắt đầu tu tập pháp Bổn tôn thì trước tiên phải thiền quán về tánh Không. Trong pháp thiền quán về tánh Không đó, hành giả nhập vào hình tướng của Bổn tôn – điều này không có trong các giáo lý của Đại thừa Hiển giáo. Mặc dầu trên con đường Đại thừa dẫn đến quả Phật thì điều đó không mang nghĩa tuyệt đối.

Hành giả thiền quán Bổn tôn xuất hiện từ tánh Không, rồi quán hành giả hòa nhập vào Bổn tôn. Khi Bổn tôn xuất hiện, hành giả tập trung vào Bổn tôn, vào tánh Không của Bổn tôn. Và hành giả có cả pháp tu *chân như tam-muội thâm diệu* (profound practice) lẫn *phổ chiếu tam-muội* (practice of clarity). Pháp tu mật thường thực hiện theo nguyên tắc *bất nhị* và *phổ chiếu* của chân như.

Trong pháp tu Bổn tôn, hành giả thấy Bổn tôn và thấy ngài không có tự tánh – tức là hành giả bảo vệ cho tâm của mình khỏi cái nhìn tầm thường sai lạc. Qua quá trình đó, hành giả phải thấy thân xác thô của mình vốn là thanh tịnh, thấy cái "*ngã*" của mình vốn là trống không. *Không* ở đây không có nghĩa là *không có gì* theo quan điểm của chủ nghĩa hư vô, mà có nghĩa là *sinh ra nhờ nhân duyên*, vì vậy *không hề có sự hiện hữu độc lập*, không có một cái "*ngã*" tự nó hiện hữu độc lập.

Chữ *vajra* có nghĩa là *bất khả phân*, nghĩa là trong quá trình tu tập để thấy mạn-đà-la của Bổn tôn là trống không, hành giả thực hiện được nguyên tắc hợp nhất *phương tiện* và *trí tuệ*. Trong một niệm của tâm hành giả có cả *phương tiện* và *trí tuệ* cùng kết hợp.

Trong các pháp tu của Mật tông, hành giả thường phải thiền định về tánh Không. Trong trạng thái tri kiến thanh tịnh về tánh Không, hành giả quán mình hòa nhập với Bổn tôn. Điều này không thể xảy ra với một tri kiến bất tịnh. Trước khi quán tưởng chính mình là Bổn tôn, hành giả phải phát triển tri kiến thanh tịnh về tánh Không. Vì vậy mà Mật tông có đầy đủ các pháp tu để dẫn dắt hành giả tới Phật quả viên mãn.

Đức Đạt-lai Lạt-ma ban
bài Pháp thoại này tại
Pháp hội ngày 14.9.2010,
Ladakh.

Nói chuyện với phật tử Ladakh

"Sống theo Pháp, bạn phải thách thức chính bản thân mình, hằng ngày."

Đức Đại-lai Lạt-ma

Tất cả mọi người đã đến tu viện (gompa) này, đã đến đây và được gặp Tôn sư; tất cả đều tới đây và được dịp trải nghiệm những cảm xúc chân thật, sâu sắc trong trái tim.

Nhưng chỉ như vậy thôi thì chưa đủ! Bởi vì Pháp chân thật có nghĩa là thực sự *đi thật xa vào tận bên trong*. Điều đó có nghĩa là thảo luận, là đàm đạo với những người khác; có nghĩa là tranh biện, bàn luận với mọi người xung quanh và tranh biện, bàn luận với chính bản thân mình.

Nếu các bạn tới đây chỉ để gặp tôi thì chưa thể nói là tốt được. Cần phải tranh luận một cách sâu sắc, mỗi ngày phải thực hành Pháp một cách sâu sắc. Điều đó mới thực sự làm cho Pháp trở thành hữu ích đối với thế giới của chúng ta và cho con tim của các bạn.

Khi các bạn tới đây và gặp tôi, nhìn thấy điện thờ, thấy lễ puja đang kết thúc, bạn sẽ thốt lên trong tim: "Ôi! Tuyệt quá!" Nhưng điều đó chỉ trong vòng hai ba ngày là quý vị sẽ quên ngay đi, trừ phi bạn tranh biện, bàn luận với chính bản thân mình, trong trái tim mình những gì mà bạn đã nghe được khi tôi nói với bạn, với tất cả mọi người.

Vì vậy, nếu chỉ đến đây và nghe Pháp thoại thôi thì chưa thể gọi là đủ được. Phải thảo luận, tranh biện nhiều hơn, nhiều hơn nữa với chính bản thân mình để những gì đã nghe không chỉ lưu lại trong bộ óc mà còn cả trong trái tim của các bạn.

Rồi sau đó, mỗi ngày quý vị nên suy nghĩ một chút, suy nghĩ một chút... và nhờ vậy mà trái tim của quý vị sẽ mở rộng thêm một chút, và khi đó thì bài học ngày hôm nay mới có được một ít hiệu quả nào đó.

Điều quan trọng là tranh biện với chính bản thân mình về những gì mình nghe được từ bậc Đạo sư. Chỉ có bằng cách đó chúng ta mới đi sâu hơn và sâu hơn. Và lần sau khi quý vị đọc bất cứ một điều gì [về giáo pháp], quý vị sẽ hiểu điều mình đọc sâu sắc hơn. Không những hiểu sâu sắc hơn những gì tôi nói, mà cả những gì quý vị tự đọc, chính nhờ vào sự tranh biện của quý vị.

Điều mà tôi muốn nhấn mạnh chính là tầm quan trọng của việc phải đào sâu, nghiền ngẫm những gì mình nghe được hằng ngày, hằng ngày. Đó chính là sự khác biệt giữa những người chỉ *đọc* Giáo pháp và những người thực sự sống với Pháp. Sống với Pháp, bạn sẽ phải thách thức chính bản thân mình hằng ngày và lần nữa lại ghi nhớ và nhớ nhiều hơn, nhiều hơn. Càng nghiên cứu kỹ lưỡng một vấn đề thật nhiều lần thì khi gặp một vấn đề mới ta sẽ hiểu sâu sắc hơn.

Có một điều rất quan trọng đối với việc tham dự pháp hội là không nên chỉ đến đây như một nghi lễ long trọng mang tính tượng trưng, mà phải thực hành Pháp tại đây, phải *thảo luận* bài pháp đã nghe được ở đây, và phải *tranh biện* với bản thân và với người khác. Giống như vàng, ta càng siêng lau chùi thì nó càng sáng bóng, bằng không thì nó sẽ mờ sỉn với thời gian.

Thảo luận là phần rất quan trọng của việc thực hành pháp. Tôi rất mừng khi thấy ở Ladakh bây giờ các Phật tử đến nghe pháp rồi thảo luận với nhau. Điều đó có nghĩa là việc thực hành pháp đang trở thành một hoạt động sống động. Trước kia, mọi người đến tu viện nghe vị thầy (lama) giảng pháp, làm lễ rồi về nhà và quên hết. Họ tự nhủ: "Đó là việc của các bậc Đạo sư – các ngài phải chăm lo cho chúng sinh." Dần dần, bây giờ mọi người bắt đầu biết thảo luận, đàm đạo nhiều hơn. Đó là một dấu hiệu đáng mừng.

Theo truyền thống, một lạt-ma [tương lai] được đưa vào tu viện để dạy dỗ từ lúc mới ba tuổi – lúc còn rất nhỏ. Nói một cách nghiêm túc, một vị lạt-ma [tương lai] cần phải được giáo dục rất nhiều, cần phải học, học rất nhiều để có được hiểu biết về thế giới xung quanh – thế giới chúng ta đang sống. Có rất nhiều môn cần phải học. Bây giờ, việc trở thành lạt-ma [hay không] phải là quyết định của cá nhân người đó chứ không phải do ý muốn của gia đình. Việc làm lạt-ma phải xuất phát từ con tim chứ không phải do sức ép của truyền thống.

Khi chúng ta quyết định một người trở thành lạt-ma từ khi họ mới ba tuổi thì người đó có thể không thích việc tu học và vì vậy mà không thể làm tốt công việc đó được. Điều quan trọng hơn hết là khi một người mới ba tuổi thì hiểu biết về thế giới này còn rất hạn hẹp. Người đó còn phải học rất nhiều, rất nhiều để biết thật rõ ràng những gì đang xảy ra, trên thế giới và xung quanh anh ta.

Việc một đứa trẻ ba tuổi được chọn để trở thành lạt-ma là chuyện của mấy trăm năm về trước. Ngày nay, chúng ta sống trong một thế giới hoàn toàn khác. Tất cả đang thay đổi và thay đổi rất nhanh xung quanh chúng ta.

Chỉ *nghe* pháp thôi không đủ, phải nghiền ngẫm về những gì đã nghe. Và điều quan trọng nhất là phải thực hành tu tập một cách tận tâm, tận tụy. Và kết hợp được cả ba yếu tố này là bảo đảm cho hành giả đạt tới trình độ mà họ có thể làm lợi lạc cho bản thân và người khác.

Trên đường đi từ Kargil tới Bokharbu tôi thấy có rất nhiều cây xanh, cây ăn trái được trồng ở các vùng đất của đạo Hồi. Nhưng khi tới vùng của đạo Phật thì thấy cây cối ít được trồng. Không phải vì chúng ta có Pháp nên không cần phải chăm lo việc trồng cây. Quý vị phải chăm lo đến việc nuôi sống bản thân, việc làm giàu cho đất đai. Chúng ta cần trồng cây vì vẻ đẹp của môi trường sống, vì nhu cầu thực phẩm và để giữ cho đất đai được phì nhiêu, màu mỡ. Có một sự khác biệt lớn giữa cách nghĩ về việc này trong văn hóa đạo Hồi và văn hóa của chúng ta. Vì vậy xin quý vị hãy học hỏi từ các tôn giáo khác.

Các tôn giáo khác như đạo Do Thái, đạo Hồi, đạo Hindu đều có những điểm xuất sắc nổi trội cần học tập. Nếu chúng ta là Phật tử chân chính thì ta phải thấy những viên ngọc quý nơi các tôn giáo khác. Cần thấy rõ sự khác biệt giữa đạo Phật và các tôn giáo khác. Và với thái độ từ bi đối với những viên ngọc quý nơi các tôn giáo khác thì việc thực hành pháp của chúng ta sẽ mãnh liệt, sâu sắc hơn nhiều.

Vì vậy, rất cần có sự hiểu biết về các tôn giáo khác. Đạo Phật có nghĩa là: vừa là Phật tử vừa có tâm rộng mở để học hỏi từ các tôn giáo khác.

Đức Đạt-lai Lạt-ma
ban bài Pháp thoại này
tại buổi nói chuyện với
Phật tử Ladakh ngày
15.9.2010.
Lama Raptan dịch
Ladakh-Ấn, đạo hữu
Ra Vi dịch Ấn-Anh.

Việt dịch: Hiếu Thiện, hiệu đính: Dương Đạt.

Sonam Rinpoche

Bài giảng Ngondro Drikung

I. ĐỘNG CƠ CỦA VIỆC HỌC PHÁP

"Tu đúng cách quan trọng hơn chính việc tu.
Nếu không thì chính việc tu
sẽ là nguyên nhân bị đọa lạc."

Tổ Gampopa

Trước khi các con nghe về pháp Ngondro ta sẽ giảng đôi điều quan trọng và cần thiết đối với người Phật tử. Khi học Giáo pháp cần phải nhớ hai điều rất quan trọng:

- Điều thứ nhất là *động cơ* - động cơ học tập Giáo pháp.
- Điều thứ hai là *kỷ luật* - kỷ luật của việc học tập Giáo pháp.

Động cơ của chúng ta phải là tâm Bồ-đề. Tâm Bồ-đề là gì? Có thể tạm giải thích bằng những tâm nguyện như sau:

1. Nguyện cho chúng sinh hữu tình thoát khỏi luân hồi sinh tử.
2. Nguyện cho tất cả chúng sinh luôn hạnh phúc và thoát khỏi mọi cội nguồn đau khổ.

3. Nguyện cho chúng sinh thoát khỏi được 3 gốc rễ của đau khổ (tham, sân, si).
4. Nguyện đạt đến Phật quả để độ tất cả chúng sinh.

Trước hết, phải phát nguyện tu tập để đạt giác ngộ giải thoát – Phật quả – vì lợi ích của tất cả chúng sinh. Và đây chính là *tâm nguyện Bồ-đề* (phát nguyện). Tâm nguyện Bồ-đề này chỉ mới dừng lại ở mức độ mong muốn. Mong muốn không thôi thì chưa đủ mà phải có sự thành tựu – Phật quả. Muốn đạt Phật quả thì phải có hành động – đó là *tâm hạnh Bồ-đề* (áp dụng thực hành).

Ví như chúng ta muốn đến chiêm bái Bồ-đề Đạo Tràng, thì việc mong ước, phát nguyện không thôi là chưa đủ, mà còn cần đến rất nhiều thứ như là: tiền, xe cộ, bản đồ, vật dụng, và các chuẩn bị khác. Tất cả những thứ vừa kể trên đều là phương tiện, và khi đã chuẩn bị đầy đủ các phương tiện ta mới bắt đầu lên đường.

Cũng tương tự như vậy, sau khi phát tâm nguyện Bồ-đề thì chúng ta phải áp dụng tâm nguyện ấy vào thực hành - tâm hạnh Bồ-đề – có nghĩa là thực hiện tâm nguyện Bồ-đề cho đến khi viên mãn.

Đối với một hành giả Mật tông, phương tiện để đạt tới Phật quả là gì? Nếu chúng ta không biết rõ phương tiện của mình thì không thể "lên đường" đúng cách. Phương tiện của hành giả Mật Tông chính là *thân, khẩu, ý*. Hành giả Mật tông trước hết phải nỗ lực tinh tấn – nghĩa là dùng hết khả năng của *thân, khẩu, ý* để hành trì – và điều đó còn được gọi là thực hành Pháp.

Hiển nhiên, một hành giả Kim Cang thừa đồng thời cũng phải là hành giả Đại thừa – tức là phải phát triển Sáu hạnh toàn thiện (Lục Ba-la-mật). Đồng thời phải trưởng dưỡng tâm Bồ-đề và tích lũy công đức. Tích lũy công đức và phát triển tâm Bồ-đề chính là nhân ban đầu của Phật quả. Quy luật cốt lõi của toàn bộ vũ trụ là luật nhân quả. Muốn đạt được quả Phật thì phải gieo nhân thích hợp, và *nhân* duy nhất để thành tựu *quả* Phật chính là tâm Bồ-đề. Tâm Bồ-đề là *nhân*, là điều kiện tất yếu để thành tựu *quả* Phật.

Động cơ tu tập là điều quan trọng nhất đối với một người tu, vì động cơ quyết định hết thảy. Động cơ cần phải trong sáng. Các con phải luôn quán chiếu tâm mình. Ta làm việc ấy với động cơ gì? Có phải với tâm Bồ-đề hay không?

Dù làm bất cứ việc gì, thế tục hay Phật sự, hành trì, đều cần có tâm Bồ-đề. Không có tâm Bồ-đề thì việc tu hành không thể đạt được kết quả nào cả. Tâm Bồ-đề cũng là một dạng thức của tâm, nhưng nó hoàn toàn khác với những tâm chúng sinh bình thường khác. Những ai có tâm Bồ-đề chính là Bồ Tát; tâm Bồ-đề chính là sự khác biệt giữa Đại thừa và Tiểu thừa. Nếu chúng ta tu theo Đại thừa thì phải thực hành theo hạnh Bồ Tát: thật lòng chăm lo cho tất cả chúng sinh.

Đức Phật từng dạy rất nhiều phương pháp để phát triển tâm Bồ-đề. Trong đó có một cách rất hữu hiệu là quán chiếu tất cả chúng sinh hữu tình đều đã từng là mẹ của ta.

Trong các kinh của cả Hiển giáo và Mật giáo đều ghi rõ rằng: tất cả chúng hữu tình từ vô lượng kiếp trước đến nay ít nhất cũng đã một lần là mẹ của ta. Hãy tự suy ngẫm: mẹ của mình đã chịu vất vả, đau khổ như thế nào để sinh thành, nuôi dưỡng và dạy dỗ mình ngay từ tấm bé. Khi mình lớn lên thì mẹ đã phải vất vả thế nào để bảo vệ mình trước những nguy hiểm rình rập, cũng như lo lắng chăm sóc cho mình nên người. Hãy suy ngẫm đến tình yêu vô biên, bất tận của người mẹ đối với mình. Khi suy ngẫm đến công ơn của mẹ như vậy, chúng ta sẽ phát khởi một lòng biết ơn, kính quý sâu sắc và ta sẽ mong muốn đền đáp công ơn của mẹ.

Từ người mẹ ruột, chúng ta trải lòng mình ra đến tất cả chúng sinh hữu tình vì tất cả đều đã từng ít nhất một lần là mẹ của ta. Như vậy ta sẽ phát triển được tình thương yêu đối với tất cả chúng sinh, rồi tình thương yêu này sẽ tiếp tục phát triển thành tâm Bồ-đề.

Phương pháp quán chiếu thứ hai là "hoán chuyển ngã tha". Đầu tiên, hãy quán chiếu mình và các chúng sinh khác đều khao khát được yêu thương, đều không muốn bị não hại. Nhờ vậy ta có thể trưởng dưỡng tâm *từ bi*. Khi tâm từ bi lớn hơn, hãy thực hiện quán chiếu theo cách đặt các chúng sinh khác cao hơn bản thân mình - đây chính là *tâm Bồ Tát*. Nguyện nhận hết những đau khổ của họ về mình và hiến tặng cho họ tất cả những hạnh phúc, những điều tốt đẹp mà mình có.

Từ những tình yêu đơn sơ ban đầu sẽ dần dần hình thành tâm từ bi. Và điểm mấu chốt của tâm từ bi chính là sự cảm thông và khả năng thấu hiểu được đau khổ của mọi chúng sinh. Một người có lòng từ ái, biết thương yêu và nghĩ tưởng đến sự đau khổ của người khác, luôn mong muốn họ được hạnh phúc là một người có sự khởi đầu rất tốt đẹp, là một người rất đáng trân quý. Những người luôn tỏa ra tình thương yêu, sự ấm áp, dịu dàng đối với mọi người, luôn mong mỏi mọi điều trở nên tốt đẹp, mong muốn người khác bớt được nhiều đau khổ, được hạnh phúc, đó là những người có sức cảm hóa rất lớn.

Nếu chúng ta khéo quan sát hơn thì trong cuộc sống ta sẽ thấy có rất nhiều người bị thiệt thòi, đau khổ, yếu đuối cần sự che chở của chúng ta, như những người già, người đang đau ốm, bệnh tật... Khi chúng ta ghé đến các trung tâm người khuyết tật, các bệnh viện, trại mồ côi... ta sẽ thấy rất nhiều người bất hạnh. Gặp họ, tự nhiên chúng ta sẽ phát khởi lòng thương yêu và cho dù tình cảm ấy vẫn còn thô sơ nhưng đó là nhân khởi đầu rất tốt đẹp cho việc phát triển tâm Bồ-đề.

Qua đó ta thấy, tâm Bồ-đề rất cần một mảnh đất vững chắc để có thể phát triển - đó là tình thương yêu đối với đồng loại, với những người bất hạnh cần che chở. Từ tình thương yêu đó ta sẽ phát khởi được tâm từ bi, rồi từ tâm từ bi ta sẽ phát khởi được tâm Bồ-đề. Từ tâm Bồ-đề tương đối là mong muốn tất cả chúng sinh được thành quả Phật cho đến tâm Bồ-đề viên mãn tức là tâm Bồ-đề của một vị Phật.

Cần lưu ý: Chúng ta phải thực hành theo trình tự. Ước muốn hạnh phúc và thoát khỏi đau khổ cho những người thù ghét hãm hại, gây chướng ngại cho mình, rồi mới đến tất cả chúng sinh hữu tình. Lúc nào cũng phải có hai phần: ước muốn hạnh phúc và thoát khỏi đau khổ. Bồ Tát là những người luôn cầu mong cho những ai thù ghét mình, gây chướng ngại cho mình gặp được hạnh phúc. Họ là những người đã vượt qua được chướng ngại của tâm. Bồ Tát thương yêu kẻ thù của mình – hoàn toàn khác với những chúng sinh phàm tục. Chúng ta phải thấy rõ không phải chỉ riêng mình hay một ai đó đặc biệt mà là *tất cả* các chúng sinh, không sót một ai, đều sẽ thành Phật.

Thông thường, chúng ta nhìn sự vật và hiện tượng *bằng con mắt thế gian*. Phụng dưỡng cha mẹ, báo hiếu cho cha mẹ đơn thuần bằng thuốc thang, thực phẩm, quần áo, nhà cửa, phương tiện đầy đủ – đó là một cách báo hiếu rất tốt. Tuy nhiên, như thế vẫn chưa được sâu sắc, chưa thể hiện trí tuệ. Vì cách báo hiếu sâu sắc nhất, tốt nhất đối với những người mẹ đã từng chăm lo cho mình là *báo hiếu bằng Pháp*.

Như chúng ta đã biết, khi đức Phật Thích-ca ra đời được một tuần thì mẹ ngài qua đời. Sau khi giác ngộ, ngài đã lên cung trời *Đao-lợi* của vua trời Đế-thích (Indra) để thuyết pháp cho mẹ trong vòng 3 tháng và giúp mẹ Ngài đạt được chứng ngộ.[1] Đó chính là báo hiếu bằng Pháp. Chúng ta là những Phật tử, những người con của đức Phật lại càng nên noi gương Ngài. Cũng như thế, cách báo hiếu tốt nhất đối với tất cả các bà mẹ chúng sinh của ta là giúp họ đến với Chánh pháp và đạt được giác ngộ giải thoát càng sớm càng tốt.

---

[1] Rinpoche giải thích rằng đức Phật từ cung trời Đâu-suất (Tushita) xuống cõi Diêm-phù-đề để truyền trao Chánh pháp. Sau khi mẹ ngài qua đời, bà được lên cõi trời Đao-lợi của đức Đế-thích (Indra). Trong cuốn lịch Tây Tạng "Rigpa Tibetan Calendar" cũng ghi rõ sự kiện đức Phật lên cung trời Đao-lợi của Đế Thích thuyết Pháp.

Người ta thường nghĩ: "Làm sao tôi có thể báo hiếu cho cha mẹ mình hay giúp đỡ các hữu tình khác bằng Pháp, khi tôi vẫn còn là một con người bình thường, đầy khiếm khuyết." Cần phải có lòng tin vào bản thân mình. Trong mỗi chúng ta đều có đầy đủ các khả năng để đạt đến quả Phật viên mãn. Ta có được thân người quý báu, lại sở hữu đầy đủ *thân, khẩu, ý* là những phương tiện hoàn hảo. Vì vậy, không có lý do gì khiến ta không tin rằng mình có thể thành Phật hay giúp chúng sinh khác thành Phật.

Đức Phật trước đây cũng là một chúng sinh bình thường. Thế nhưng nhờ có lòng tin và hành trì đúng đắn nên ngài đã thành Phật.

Tuy nhiên, hiện giờ những năng lực của các con còn ở dạng tiềm năng. Chỉ có một cách khiến chúng hiển lộ thành năng lực thật sự thông qua một con đường duy nhất, đó là thực hành giáo lý. Cũng như một đứa trẻ, khi vừa ra đời thì mọi năng lực đều ở dạng tiềm năng. Nếu giáo dục không tốt sẽ làm uổng phí cuộc đời của nó. Cũng đứa trẻ đó nhưng ở trong môi trường tốt đẹp sẽ phát triển thành người có đạo đức, tài năng. Thậm chí nếu gặp thuận duyên người ta có thể đạt được quả Phật viên mãn chỉ trong một đời.

Ta nhắc lại cho các con một lần nữa về tâm Bồ-đề. Tâm Bồ-đề là tinh túy của tất cả 84.000

pháp môn của chư Phật. Vì sao tâm Bồ-đề lại quan trọng đến như vậy? Vì động cơ của chúng ta khi làm việc gì đó chính là *nhân* của mọi sự. Nếu nhân sai lầm sẽ sinh ra quả sai lầm, nếu nhân đúng đắn sẽ sinh ra quả đúng đắn. Và *quả* gặt được của *nhân* (*tâm Bồ-đề*) là đạt được mọi điều chúng ta mong ước (sở cầu như ý). Chúng ta ước muốn được giác ngộ, chúng ta sẽ được giác ngộ giải thoát. Chúng ta ước muốn chúng sinh hạnh phúc, tất cả chúng sinh sẽ được hạnh phúc. Và người có trí tuệ sẽ sớm nhận biết được rằng phải giúp tất cả chúng sinh đạt đến quả Phật viên mãn thì mình mới có thể đạt đến quả Phật viên mãn. Có *nhân* là tâm Bồ-đề thì mới có *quả* là quả Phật.

Như ta đã nói ở trên, tâm Bồ-đề là tinh túy tất cả pháp môn của chư Phật. Thế nên, có được tâm Bồ-đề thì chúng ta có thể thâm nhập được tất cả các pháp.

Ngoài ra, các con phải chú ý vào ba yếu tố *từ*, *bi* và *tâm*. *Từ* có nghĩa là thương yêu. Muốn phát triển thương yêu, ta phải biết bản chất của nó là gì. Trước tiên đó là sự cảm thông với người khác. Vì cảm thông được với đau khổ của người khác chúng ta mới có thể khởi phát được tâm *từ*, sự thương yêu. Một cách khác nữa để phát triển tâm *từ* là bắt đầu quan tâm chăm sóc người khác. Do sự quan tâm và chăm sóc, ta sẽ dần dần cảm thông và từ đó phát khởi tâm *từ*. Tâm *từ*, tâm *bi* và *tâm Bồ-đề* như nước cam lồ, có thể xoa dịu sự nóng rực của lửa sân hận, làm tan đi băng giá lạnh buốt của thù hằn. Từ tâm *từ* chúng ta mới có thể khởi phát tâm *bi*.

Khi chúng ta yêu thương người khác thật sự thì chúng ta mới có thể phát khởi được ước muốn cho họ thoát khổ. Và dĩ nhiên với trí tuệ của người học Phật, cách thoát khổ toàn hảo nhất chính là đạt giác ngộ viên mãn. Tâm *bi* chính là ước muốn cho tất cả chúng sinh sớm đạt được Phật quả. Khi tâm *từ* và tâm *bi* đã phát khởi chính là lúc tâm *Bồ-đề* phát khởi.

Một điều quan trọng nữa, đó là *biết được tâm* của mình. Biết được tâm mình, biết được *động cơ* khi hành động vốn không phải là một việc dễ dàng. Động cơ vụ lợi cá nhân hay động cơ xuất phát từ tâm Bồ-đề trong sáng? Để nhận biết được tâm mình chúng ta phải tu học. Người ta có thể làm rất nhiều điều nhìn từ bên ngoài có vẻ rất tốt như bố thí, trì giới, trì chú v.v... nhưng nếu thật tâm không khao khát tất cả việc đó sẽ đem lại giác ngộ giải thoát cho bản thân mình và cho tất cả chúng sinh thì lợi lạc thu được rất ít ỏi. Ngược lại nếu ta làm việc đó với khát khao giải thoát mãnh liệt và trong sáng thì quả chúng ta thu được là vô lượng.

Tu là chuyển hóa tâm. Tâm cần phải được chuyển hóa. Thông thường, với phàm tâm khi được người khác khen ngợi các con cảm thấy rất thích thú. Ngược lại, ta sẵn sàng nổi sân hận với những ai chê bai mình. Là một hành giả, ta cần suy xét theo cách khác. Cần quán chiếu xem lời khen đó có đem lại ích lợi gì cho việc tu tập hay không? Tương tự, chúng ta phải quán chiếu những lời chê bai xem chúng có khiến ta chậm tiến trên đường tu hay không? Có ảnh hưởng gì đến chuyện đạt giác ngộ giải thoát không? Qua sự tu tập, tâm ta sẽ dần trở nên mạnh mẽ và những lời khen chê của thế gian sẽ không còn ảnh hưởng đến chúng ta nữa.

Nếu muốn tu tập hạnh Bồ Tát, lúc nào ta cũng phải tự đặt mình ở vị trí thấp hơn người khác và luôn chăm lo cho người khác. Một điều đặc biệt nên tránh là không được lợi dụng những ưu điểm, lợi thế của mình cũng như của người khác để mưu cầu lợi ích cho cá nhân mình. Điều này là đi ngược với đạo pháp.

Có ba thành tố quan trọng đối với người tu để mọi cách hành xử đều đem lại phước đức lớn lao:

1. Phát tâm Bồ-đề trong tất cả mọi hành động (làm vì ai, vì điều gì)
2. Thực sự bắt tay hành động, tu trì
3. Hồi hướng (cho hết thảy hữu tình chúng sinh đều đạt đến Phật quả)

II. KỶ LUẬT CỦA VIỆC HỌC PHÁP

"Kỷ luật người tu hướng đến là kỷ luật bên trong - kỷ luật của tâm."

Nói về kỷ luật của việc học pháp là chúng ta đang đề cập đến một thái độ kiên định tuyệt đối đối với Chánh pháp. Tuyệt đối ở đây có nghĩa là không thay đổi, bất thối chuyển - một sự tinh tấn cao độ. Thông thường khi chúng ta thực hành Pháp thì cũng quy y, cũng phát tâm Bồ-đề, cũng thọ giới v.v... Nhưng tâm Bồ-đề ấy chưa mãnh liệt, chưa đủ tha thiết, sự tinh tấn chưa đủ dũng mãnh, sự kiên định với con đường mình đã chọn chưa đủ chín chắn. Thế nên, ta rất dễ dàng thối chí. Hôm nay ta phát tâm tu tập và lễ lạy nhiệt thành nhưng ngày mai do một chướng duyên gì đó ta lại cảm thấy mệt mỏi và lần lữa, trì trệ....

Nếu thật sự ta đủ lòng chuyên tâm với giáo Pháp, đủ kiên định với con đường mình đã chọn thì ta sẽ trở nên rất mạnh mẽ. Ta sẽ trở nên "*bất thối chuyển*". Và lúc đó, bất cứ khi nào, bất cứ ở đâu, ta cũng chỉ có một mục tiêu duy nhất là Giáo pháp.

Khi chúng ta bắt đầu đến với Giáo pháp, đó chỉ mới là sự yêu thích tạm thời. Ví dụ, khi các con đến một đạo tràng, thấy đạo tràng trang trí tôn tượng, pháp khí và *thangka* rất đẹp nên phát khởi sự thích thú. Hoặc như khi các con gặp một vị Rinpoche và nghĩ rằng "À, vị này nhìn rất từ bi, hiền hậu", "Vị này giảng pháp hay quá!"... rồi từ đó sinh lòng mến mộ. Ở giai đoạn khởi đầu, như vậy là tốt. Tuy nhiên, nếu sau đó cả cuộc đời chúng ta chỉ dừng lại ở sự "*thích*" hoặc "*không thích*" thì đó là điều rất nông cạn, chưa phải trí tuệ đích thực, chưa phải là phát nguyện mãnh liệt, chưa phải là tâm Bồ-đề.

Nói về kỷ luật, thông thường chúng ta giữ kỷ luật đều vì danh, vì lợi hay vì những mục đích thế tục khác. Đó không phải là loại kỷ luật mà người tu hướng đến. Kỷ luật người tu hướng đến là kỷ luật bên trong, kỷ luật của tâm. Khác xa với kỷ luật của thế gian, kỷ luật trong Phật giáo là loại kỷ luật giải thoát.

Khi nói về pháp tu trong Phật giáo thì có thể chia ra Hiển giáo và Mật giáo. Hiển Giáo bao gồm Nguyên thủy và Đại thừa, còn Mật giáo thì có Kim Cang thừa. Pháp tu của Kim Cang thừa có thể đối trị với tất cả mọi loại xúc tình tiêu cực – ngũ độc (tham lam, sân hận, si mê, kiêu mạn, đố kỵ) – từ mức độ thô tới mức độ vi tế nhất. Tuy chia như vậy nhưng tất cả tông phái của Phật giáo đều thống nhất rằng: việc tu hành thì phải thứ tự từng bước một, không thể thiếu trình tự hoặc đốt cháy giai đoạn. Vì tất cả chúng sinh luôn đầy dẫy nghiệp lực và xúc tình tiêu cực, nên để được thanh tịnh thì ta phải tuần tự từng bước dẹp dần các tham nhiễm từ thô lậu nhất cho đến vi tế nhất. Và một lỗi thông thường mà người Phật tử hay mắc phải là khuynh hướng thiếu nghiêm túc, đốt cháy giai đoạn. Nhiều người nghĩ rằng chỉ cần biết một chút giáo lý của Nguyên thủy, một chút của Đại thừa và một chút của Kim Cang thừa là đủ. Suy nghĩ này thật sai lầm!

Trong đời thường, nếu ta muốn trở thành một thầy thuốc giỏi để có thể giúp ích cho đời thì ta phải học hành rất kỹ lưỡng từ thấp lên cao, càng ngày càng sâu sắc hơn, càng lúc sở học càng đầy đủ hơn cho đến khi hoàn thiện. Lúc đó ta mới có thể ra đời làm thầy và có thể giúp đỡ người khác. Ngược lại, nếu ta học nóng vội, học thiếu trình tự, học đốt giai đoạn thì sẽ gây hại cho người khác và cho chính bản thân ta.

Cũng thế, trong việc tu hành đức Phật đã truyền dạy cho chúng ta rất tỉ mỉ, chi tiết và chặt chẽ, từ thấp lên cao – thứ tự từng bước một. Và bao giờ cũng vậy, điều đầu tiên các bậc thầy luôn nhấn mạnh là chúng ta cần phải có một nền tảng vững chắc. Khi nền tảng đã vững chắc thì ta mới có thể xây tiếp ngôi nhà của mình. Vì thế, nếu chúng ta muốn giúp đỡ tất cả chúng sinh, trước hết ta cần phải tu học. Cho đến khi có được năng lực thật sự thì ta mới có thể giúp đỡ họ được.

Ta nói ra điều này sẽ khiến các con cảm thấy nhàm chán, thế nhưng đối với các con điều quan trọng nhất hiện giờ, việc phải làm cho tốt trước tiên chính là quy y.

III. LAM-RIM

"Tuần tự từng bước một."

Như ta đã nói ở trước, một trong những nguyên tắc quan trọng, bất di bất dịch trong quá trình tu học Phật pháp là tuần tự từng bước một. Trong lịch sử Phật giáo, các bậc Đạo sư, chư Tổ sư và các Đại thành tựu giả đều là những người sau nhiều năm tu học đã chứng đắc ở những mức độ cao nhất. Các ngài chắt lọc tất cả những gì tinh túy nhất trong Phật pháp (cả Hiển giáo và Mật giáo) để lập thành một pháp môn tu tập *tuần tự từng bước một*. Trong tiếng Tạng, pháp tu này gọi là "*lamrim*" – con đường tu tập từng bước tiến lên giác ngộ. Đó là một con đường có thể đi lên giác ngộ nhưng lại không quá khó và phù hợp với căn cơ của chúng sinh.

Trong Kim Cang Thừa có nhiều dòng truyền thừa, nhưng về bản chất tất cả đều giống nhau.

Tương tự, pháp tu *lamrim* tuy có những phần ngắn và dài khác nhau nhưng thực chất chỉ là một mà thôi. Tất cả các bộ *lamrim* đều có chung một nguyên tắc là *tuần tự từng bước một*.

Lý do phải đi từng bước một là vì giáo lý của chư Phật vốn dĩ hết sức thâm sâu, không dễ nắm bắt và đưa vào cuộc sống đời thường. Cuộc sống con người vốn ngắn ngủi cho nên không thể thực hành hết tất cả các pháp môn đức Phật đã truyền dạy. Thế nên, điều chủ yếu là chọn lựa những thực hành phù hợp với mình, thông qua việc tuần tự từng bước một thì dần dần chúng ta sẽ đạt đến kết quả cuối cùng – và tất cả các bộ *lamrim* đều đưa đến một kết quả như nhau.

Có những vị đạo sư không phải qua giai đoạn tu *lamrim* mà đi thẳng đến các pháp cao – nhưng đó là vì căn cơ các ngài cao. Còn chúng ta, những chúng sinh bình thường, không được phép nóng vội và tự cho phép mình đốt giai đoạn, bởi điều này sẽ gây ra những hậu quả rất nặng nề.

Lamrim của dòng Kagyu được thể hiện trong cuốn *Tràng hoa giải thoát* bao gồm 5 phần. Như *lamrim* của Drikung – "Năm giai đoạn của Đại thủ ấn", bao gồm:

1. Gốc rễ của nhân chính là tâm Bồ-đề.
2. Tinh túy của Kim Cang Thừa là Bổn Tôn.
3. Tinh túy phẩm tánh giác ngộ là Bổn Sư (Guru Yoga 4 thân)
4. Gốc rễ của ý nghĩa là Đại thủ ấn.
5. Gốc rễ của phương pháp là sự tận tụy, trung thành, tâm xả thân vì Pháp.

Năm phần này đã bao gồm và thấu suốt toàn bộ giáo lý của đạo Phật. Vì lý do này nên pháp tu của Kim Cang thừa còn được gọi là pháp tu viên mãn – đầy đủ và thấu suốt. Trước khi đi đến năm phần này thì chúng ta phải đi thông qua Pháp tu tiên yếu – *Ngondro*. Ngondro bao gồm bốn phần *Ngoại Ngondro* và bốn phần *Nội Ngondro*.

Ta thường luôn nhắc các con: phải *hành trì*. Vì không có hành trì thì chúng ta không thể giác ngộ. Trong mỗi chúng ta đều có tiềm năng vĩ đại nhưng nếu ta không chịu hành trì thì đó vẫn chỉ là tiềm năng mà thôi và không thể trở thành hiện thực. Hành trì là con đường duy nhất. Trong Kim Cang Thừa có những pháp môn vi diệu tối thắng như là Đại thủ ấn, Đại toàn thiện. Tuy nhiên để có thể thực hành các pháp đó vẫn phải bắt đầu từ pháp cơ bản nhất: *lamrim*. Chỉ với sự thực hành chính xác pháp cơ bản này chúng ta mới đủ tư cách và sự chín chắn để thọ nhận các pháp cao cấp và thẳng tiến đến quả Phật. Việc đạt đến quả Phật là một ước muốn cao đẹp, nhưng con đường để đến quả Phật thì thật sự rất khó khăn. Thật ra, ngay bản thân đức Phật lúc đầu cũng giống như chúng ta. Sau khoảng thời gian rất dài là 3 a-tăng-kỳ kiếp ngài mới chứng đắc quả vị Vô Thượng Chánh Đẳng Chánh Giác.

Đức Phật đã trao cho chúng ta những pháp tu Mật thừa rất mãnh liệt và hiệu quả. Việc còn lại là ở chúng ta. Và *lamrim* cũng như vậy. *Lamrim* là pháp tu nhanh. Nhưng nhanh một cách bài bản và chính xác.

Trong cuộc sống bình thường, khi muốn thành công một việc gì, các con dám bỏ rất nhiều thời gian, công sức, dám nỗ lực hết mình. Thế nhưng, đáng tiếc đối với việc tu tập các con lại rất dễ buông xuôi. Vì thế mà không thể đạt được kết quả cho dù là nhỏ nhất. Các con cần thực hành một cách sâu sắc hơn, mãnh liệt hơn. Ví dụ hàng ngày các con tụng "*kyab su chi*" (con xin quy y) nhưng khi được hỏi quy y là gì thì nhiều người vẫn lầm tưởng quy y đơn thuần có nghĩa là dựa dẫm vào Phật Pháp Tăng! Điều đó không đúng. Phật Pháp Tăng không chỉ là các đối tượng bên ngoài để cho chúng ta nương tựa mà thật nghĩa của quy y là nỗ lực phát triển hết mức những tiềm năng thành Phật đang còn ngủ say trong mỗi chúng ta.

Để có thể ngồi ở đây cùng nhau thì hẳn là chúng ta đã tạo được nhân duyên sâu dày từ vô lượng kiếp. Cũng thế, các con đã từng tích tập một lượng lớn công đức qua nhiều kiếp trong quá khứ nên mới có được thân người quý báu này. Thử hỏi: vì sao thân người lại quý báu? Câu trả lời đầy đủ phải rất dài. Tuy nhiên, có thể tạm nói ngắn gọn là: Mật thừa xem thân người như một phương tiện tối thắng để đạt đến quả Phật. Khi tu tập chúng ta phải liên tục sử dụng ba khía cạnh của phương tiện đó (*thân, khẩu, ý*).

Điều quý báu thứ hai là tất cả chúng sinh đều có tánh Phật.

Điều quý báu thứ ba là nhân duyên được thị hiện qua vị thầy. Cho dù chúng ta có sở hữu thân người quý báu, sẵn có Như Lai Tạng, nhưng nếu không có ngoại duyên hỗ trợ thì cũng không thể đánh thức những tiềm năng còn ẩn sâu trong bản thân mình. Và vị thầy chính là người khơi nguồn cho mọi sự thành tựu của chúng ta. Không có duyên này thì những nhân duyên khác cũng không thể dẫn đến thành tựu. Ví dụ, thân người chúng ta là một con thuyền, luân hồi đau khổ là đại dương, bến bờ con thuyền muốn đến chính là giác ngộ giải thoát. Con thuyền đó cần một vị thuyền trưởng có thể dẫn dắt và đưa nó đến được bến bờ giải thoát. Vị thuyền trưởng ở đây chính là vị thầy, Guru – Đạo sư.

Sau khi đã có một con thuyền tốt, một thuyền trưởng tốt thì cũng chưa thể khởi hành tốt được, nếu không có một đường hướng tốt. Do vậy, ta cần có giáo pháp. Giáo pháp của chúng ta là giáo pháp hoàn hảo. Những giáo pháp thậm thâm, vi diệu từ chư Phật truyền lại cho chúng ta một cách không gián đoạn là những giáo pháp tuyệt vời, chắc chắn sẽ có thể đem lại sự giải thoát.

Có được thân người quý báu đã là một điều hi hữu. Cùng với những điều kiện hoàn hảo khác về vị thầy và giáo pháp – đó là điều tuyệt vời. Tuy nhiên, tất cả chỉ mới là điều kiện bên ngoài. Phần còn lại bao gồm: sự chí tâm, chí thành với giáo pháp, quyết tâm mãnh liệt, sự tinh tấn không ngơi nghỉ... là do ở chúng ta. Và những nội duyên này chính là yếu tố quyết định. Nếu không có điều kiện này thì tất cả những yếu tố khác đều không thể phát huy khả năng được. Nếu không thì con đường đến với quả Phật của chúng ta sẽ còn chưa chắc chắn. Do vậy, ta hãy phát nguyện dũng mãnh và chí thành, quyết không bỏ cơ hội có được thân người quý báu này, dành toàn bộ cuộc đời mình vào việc hành trì Chánh pháp.

Ngài Milarepa từng nói: "Nếu như có khả năng quán chiếu được vô lượng đời trong quá khứ, thì chúng ta sẽ thấy được nhờ tích lũy vô lượng thiện nghiệp từ nhiều đời trước [nên mới có được thân người]." Do vậy, ta phải luôn biết tự trách mình: "Tại sao mình lại vô minh không biết giá trị của thân này", "Tại sao lại lãng phí thời gian và không biết tận dụng nó cho mãi đến tận hôm nay."

Sau khi đã hoàn thành các pháp tu khởi đầu (*Ngondro*) chúng ta sẽ bắt đầu bước vào các pháp tu chính thức. Đó là pháp tu *Bổn tôn*. Tất nhiên, pháp tu này cũng là con đường tuần tự thứ lớp và miên mật. Đồng thời vẫn phải tu *Guru Yoga* (Bổn Sư Du-già) ở cấp độ cao. Rồi cuối cùng chúng ta bước vào *Mahamudra* (Đại thủ ấn). Đó là pháp tu cao nhất để đạt tới quả Phật.

Vốn dĩ nghiệp lực của chúng ta tích lũy từ vô lượng kiếp đến nay nhiều như hư không. Đồng thời tâm thức chúng ta còn nhiều tà kiến, mê mờ. Thế nên, việc đầu tiên trong pháp tu *Ngondro* là quán chiếu thân người khó được. Nhờ đó mà ta mới có thể phát khởi được hạnh xả ly và quyết tâm tu tập.

Chúng ta có nhiều phương pháp quán chiếu để thấy rõ việc có được thân người này là hi hữu như thế nào.

Điều quan trọng để có thể tiến bộ trong tu hành là có thời gian nhập thất – *ẩn tu*. Điều này đã được đề cập nhiều cả trong Hiển giáo lẫn Mật giáo. Ẩn tu, hay độc cư là sống cách biệt ở nơi thanh tịnh, xa thành thị đông người. Đó phải là nơi có linh khí tốt và thiêng liêng, là nơi nhiều bậc Đại thành tựu giả đã tu hành và thành tựu. Sẽ rất thuận duyên cho ta nếu được hành trì tại những nơi như vậy.

Trong tiếng Tây Tạng có một từ là "*gompa*" để chỉ nơi các vị tăng ni tu hành – thường ở khu vực xa trung tâm. Những nơi đó có điều kiện thích hợp cho công phu hành trì. Trong kinh điển Đức Phật cũng có giảng về những điều kiện cần thiết để hành trì ở nơi những này. Đầu tiên là phải có đủ điều kiện để có thể duy trì sự sống cho hành giả (thức ăn, nước uống...). Cảnh vật xung quanh phải thanh tịnh, yên tĩnh, không có gì gây náo động, chỉ có những âm thanh trong thiên nhiên như tiếng chim hót, tiếng suối róc rách, tiếng gió êm đềm... Những nơi đó phải tránh xa được những xâm hại của con người, ác thú và kể cả các loài phi nhân.

Sau khi đã có nơi chốn tốt, tiếp theo ta cần

chuẩn bị thân và tâm cho việc hành trì. Trước hết chúng ta cần phải chuẩn bị cho thân bằng *Tư thế bảy điểm*. Sau đây là Tư thế bảy điểm của thiền định :

1. Chân xếp chéo trong tư thế kim cương, chân trái ở trên chân phải.
2. Đặt hai lòng bàn tay ngửa lên, tay phải trên tay trái nơi cách rốn bốn chiều ngang ngón trỏ, hai ngón cái chạm đầu vào nhau, với khuỷu tay kẹp dọc hai bên phía sườn.
3. Hai vai thẳng và hơi ngả về phía sau.
4. Xương sống cần giữ thẳng đứng, giống như một mũi tên.
5. Cằm hơi gập xuống, hướng về cổ họng.
6. Đầu lưỡi uốn cong lên chạm vào vòm miệng, phần chân răng.
7. Mắt nhìn qua chóp mũi hướng tới phía trước một khoảng cách bằng bề rộng mười hai ngón tay.

IV. NGOẠI NGONDRO

"Pháp tu ngondro quan trọng hơn cả các pháp nội mật."

Tổ Jigten Sumgon.

Tiếp theo, chúng ta chuẩn bị để thực hành bốn niệm chuyển tâm – *Ngoại Ngondro* – bao gồm:

1. Thân người quý báu khó gặp - nhằm đối trị sự dính mắc với cuộc sống thế tục. Khi biết được sự quý báu của thân người chúng ta sẽ sử dụng cuộc sống của mình một cách ý nghĩa.
2. Vô thường - nhằm đối trị với sự lười biếng, dể duôi. Sự hiểu biết rằng cái chết có thể đến bất cứ lúc nào sẽ mang lại cho chúng ta một sức mạnh trong việc tu tập.
3. Nhân quả - khi quán chiếu luật nhân quả, thấy được sự đeo bám của nghiệp lực, chúng ta sẽ cương quyết không gây tạo những nghiệp bất thiện và chăm lo tích lũy thiện nghiệp, công đức.
4. Bản chất của luân hồi là đau khổ - nhằm đối trị sự dính mắc của chúng ta với luân hồi.

Bốn phần *Ngoại Ngondro* này chính là điểm dừng của các vị Thanh văn và Duyên giác, và quả vị cao nhất mà các ngài đạt được là A-la-hán hoặc Độc giác Phật.

1. Niệm chuyển tâm thứ nhất: thân người quý báu khó được

Chúng ta phải quán chiếu sự may mắn của mình khi được thoát khỏi các điều kiện xấu như không phải sinh vào năm cõi khác. Nếu chúng ta phải tái sinh trong cõi *địa ngục* thì đau khổ là điều không thể tránh khỏi. Tương tự như thế, chúng sanh trong cõi *ngạ quỷ* không có phút giây nào được thỏa mãn cơn đói khát của mình. Cái khổ ở cõi *súc sinh* là khổ của si mê – ngu dại. Vì súc sinh không có trí tuệ cho nên có thể nói cõi súc sinh là cõi đáng thương nhất. Những chúng sinh cõi khác có thể chịu nhiều đau khổ, nhưng họ còn có thể suy nghĩ.

Ở một khía cạnh nào đó, chúng sanh cõi trời khá sung sướng và có tuổi thọ rất lớn. Nhưng do sung sướng như vậy nên chúng sinh cõi trời thường chỉ ham tận hưởng phước báu của mình mà không lo tu tập. Và do phung phí hết tất cả phước báu nên khi thiện nghiệp cạn kiệt họ thường bị tái sinh xuống những cõi thấp. Nhờ có thiên nhãn, chư thiên biết trước về cái chết của mình và biết mình sẽ tái sinh vào đâu. Khi ấy, họ bị giày vò bởi sự lo lắng về cái chết, bị giày vò bởi nỗi sợ hãi bị đọa lạc... Nhưng những đau khổ vừa kể thật ra cũng không đau khổ bằng việc không thể tu được trong cõi này.

Tương tự, ở cõi A-tu-la, chúng sinh có được một số thần lực tương tự như chư thiên (nên họ còn được gọi là bán thần), nhưng do tâm sân hận quá nặng nên họ thường gây hấn, tranh đấu với nhau không thôi. Vì thế họ khó có thể tu hành. Đồng thời, việc tranh đấu cũng sẽ tạo ra nhiều nghiệp ác và kết thúc của cõi này cũng là đọa lạc.

Duy chỉ có cõi người là có đủ đau khổ lẫn hạnh phúc, và nhờ đó mà con người mới có thể dễ dàng phát tâm tu tập.

Điều thứ hai, không có tà kiến. Được sinh vào cõi người, tin vào Giáo pháp của đức Phật và không vướng vào tà kiến là điều vốn dĩ không dễ dàng. Thế nên, đó là một điều rất may mắn.

Điều may mắn thứ ba là được sinh ra trong Hiền kiếp, khi Giáo pháp của đức Phật còn tồn tại. Trong các chu kỳ của vũ trụ, có những giai đoạn không hề xuất hiện một vị Phật nào cũng như không có Giáo pháp – còn gọi là "thời kỳ tăm tối". Chúng ta có được may mắn sinh ra trong Hiền kiếp này, và đức Phật đã chuyển pháp luân ba lần. Những Giáo pháp đó lại được truyền trực tiếp đến ta qua dòng truyền thừa liên tục không gián đoạn. Chúng ta thật may mắn vì có những vị thầy hoàn hảo từ những dòng truyền thừa liên tục không gián đoạn. Các vị Đạo sư cũng như các Đại hành giả vẫn luôn liên tục hành trì để duy trì mạng mạch của Giáo pháp.

Điều may mắn thứ tư là không bị tật nguyền. Có 2 loại tật nguyền. Thứ nhất là câm, không nói được. Tuy nhiên, nếu bị loại tật nguyền này mà trí tuệ của ta không bị giảm sút thì cũng còn là một điều may mắn. Khác với loại câm đó, trí tuệ câm (*sự ngu si*) là một bất hạnh lớn vì ngu si khiến người ta không thể thọ nhận được Giáo pháp.

Năm phẩm tánh tốt lành – thiện duyên – bên trong chúng ta. Đầu tiên là đầy đủ các giác quan (lục căn). Kế đến là sinh ra ở nơi trung tâm, có văn hiến – nghĩa là nơi có Giáo pháp đức Phật được tu trì và truyền bá rộng rãi. Có nhiều nơi trên trái đất này chưa từng được biết đến Giáo pháp của đức Phật. Nếu chúng ta sinh ra ở những nơi đó thì chắc chắn ta cũng không thể biết đến Giáo pháp của đức Phật.

Phẩm tánh tốt lành thứ ba là về giới tính, chúng ta không thuộc vào hàng bất định căn. Phẩm tánh thứ tư, chúng ta không phạm vào tội ngũ nghịch (*giết cha, giết mẹ, giết các vị thánh tăng, A-la-hán, làm thân Phật chảy máu hay báng bổ hình tượng chư Phật, và cố ý gây chia rẽ Tăng đoàn*). Phẩm tánh cuối cùng, chúng ta có được lòng tin vào Chánh pháp.

Do vậy, khi nói thân người quý báu là khi có được thân người nhưng phải hội đủ 18 yếu tố vừa kể ở trên. Nếu không hội đủ 18 yếu tố đó, thì dù có được thân người cũng uổng phí mà thôi.

Có một ví dụ trong kinh điển diễn tả sự khó khăn có được thân người quý báu. Có một con rùa mù nằm dưới đáy biển, lại có một chiếc khúc cây có lỗ bộng trôi trên mặt biển mênh mông. Con rùa mù cứ 100 năm mới nổi lên mặt biển một lần và khúc gỗ bộng cũng 100 năm mới trôi qua chỗ con rùa một lần. Khả năng để con rùa mù nổi lên mặt biển và chui lọt vào lỗ bộng của khúc cây được so sánh cũng bằng với khả năng có được thân người, nghĩa là cực kỳ khó khăn.

Một ví dụ khác so sánh về số lượng. Số lượng chúng sinh trong cõi địa ngục nhiều như số lượng những hạt bụi nhỏ trong toàn thế giới. Số lượng chúng sinh trong cõi ngạ quỷ thì nhiều như số cát sông Hằng, số lượng chúng sinh trong cõi súc sinh thì nhiều như những hạt lúa mạch trong một thùng chứa lớn, chúng sinh cõi A-tu-la nhiều như số hạt tuyết trong một trận bão tuyết lớn. Duy chỉ có số lượng của chúng sinh trong cõi trời và cõi người là rất ít khi so với chúng sinh các cõi khác – chỉ như chút đất trong móng tay.

Do vậy, có được thân người này là nhờ chúng ta đã tích tập vô lượng công đức cũng như phát triển Sáu hạnh toàn thiện (Lục Ba-la-mật) từ vô lượng kiếp trước. Thứ đến, chúng ta đã từng cúng dường Tam bảo đồng thời hồi hướng công đức đó cho tất cả chúng sinh nên công đức này mới được nhân lên rất nhiều lần. Vì vậy, nếu chúng ta để cơ hội có thân người này vuột mất, thì gần như không thể có lại được nữa.

Đây là một trong bốn niệm chuyển tâm của pháp tu *Ngondro*. Và khi quán chiếu về những điều này, ta nên quán chiếu sao cho chúng trở thành những bức tranh càng sinh động càng tốt.

2. Niệm chuyển tâm thứ hai: vô thường

Vô thường là pháp đối trị rất mạnh đối với sự dể duôi, giải đãi mà chúng ta hay mắc phải. Để quán chiếu về vô thường thì đơn giản nhất là quán chiếu những gì đang xảy ra trong cuộc sống. Chúng ta sẽ thấy rõ bất cứ điều gì đến rồi đều sẽ đi, vật gì tăng trưởng rồi cũng đều có lúc suy tàn... Vạn vật có sinh ắt có diệt. Như mặt trời vừa nhô lên từ phương đông thì cùng lúc đó thì bóng đã ngả về tây.

Tương tự, khi chúng ta vừa sinh ra đời là đã sẵn có một cái chết đang đến. Mọi việc trong cuộc đời này vốn không thể chắc chắn, duy chỉ có cái chết của tất cả chúng ta là việc chắc chắn sẽ đến. Qua quán chiếu về vô thường ta sẽ bớt được sự dính mắc vào những thứ mà ta yêu quý.

Ngoài ra, khi quán chiếu về vô thường chúng ta sẽ thấy được ngày nay chúng ta còn may mắn. Ở những thời kì trước, con người mang thân hình to lớn, cao 1 do-tuần (*16-20km*) và có tuổi thọ lâu dài. Họ không cần phải ăn uống và có nhiều khả năng phi thường. Trải qua thời của ba vị Phật ở Hiền kiếp này, càng về sau thân thể và tuổi thọ cũng như năng lực của con người ngày càng giảm dần. Như khi đức Phật Thích-ca còn tại thế, tuổi thọ bình quân của con người là 100 tuổi. Đến thời chúng ta, bình quân tuổi thọ là 80 tuổi. Cứ vậy rút ngắn dần cho đến sau thời chúng ta, sẽ có lúc tuổi thọ con người còn lại chừng khoảng 10 tuổi. Và nguyên nhân chính để dẫn đến điều này là do chúng ta dính mắc vào tham ái, ngũ dục.

Quay trở lại với cái chết: cái chết đến với chúng ta một cách rất đột ngột. Nhân duyên để giữ được mạng sống của chúng ta thì rất mong manh và ít ỏi so với những nhân duyên có thể khiến ta mất đi mạng sống. Thậm chí đến những nhân duyên vốn là để duy trì thọ mạng của chúng ta vẫn có thể biến thành những nhân duyên khiến ta mất mạng, như thuốc uống sai liều lượng hoặc thức ăn bị hư hỏng...

Điều kiện để duy trì sự sống của con người càng lúc càng khó khăn. Do quán chiếu như vậy ta sẽ thấy được sự trân quý của cuộc sống. Nhờ vậy mà ta có thể quyết tâm nỗ lực từ nay về sau tu tập tinh tấn hơn, không lãng phí cuộc sống này nữa.

3. Niệm chuyển tâm thứ ba: luật nhân quả

Trong cuộc sống chúng ta có thể nhìn thấy, người làm việc thiện thường gặp nhiều điều tốt, người làm điều ác thường gặp nhiều điều xấu. Nhờ vậy ta sẽ phát khởi quyết tâm không tạo nghiệp bất thiện. Nói chung mọi đau khổ của chúng sinh chỉ do một nguyên nhân duy nhất là chấp ngã. Từ chấp ngã mà phát sinh ra những thứ như là "*tôi*", "*của tôi*"... và từ đó mà có dính mắc. Vì chấp ngã mà chúng ta trôi lăn trong sáu cõi luân hồi. Vì nó mà chúng ta phát sinh tất cả những thứ tâm xấu như đố kị, ganh ghét...

Do vậy ta phải cố gắng tránh mười nghiệp bất thiện. Trong đó có ba nghiệp bất thiện thuộc về *thân* (*sát sanh, trộm cắp, tà dâm*), bốn nghiệp bất thiện thuộc về *khẩu* (*nói dối, nói lời ác, nói hai lời, nói lời vô ích*), ba nghiệp bất thiện thuộc về *tâm* (*tham, sân, si*). Nghiệp theo ta như bóng theo hình, do vậy nếu chúng ta biết sợ quả báo thì phải quyết tâm tu hành và tịnh hóa *thân, khẩu, ý*.

4. Niệm chuyển tâm thứ tư: đau khổ trong luân hồi

Chúng sinh trong 6 cõi luân hồi, tùy theo nhân duyên và nghiệp lực của mình mà cảm thọ những loại đau khổ khác nhau. Nỗi khổ của chúng sinh cõi địa ngục là đau đớn về thân xác như bị cắt, xé, nóng, lạnh... trong một thời gian dài gần như là vô tận. Còn chúng sinh cõi ngạ quỷ lúc nào cũng bị giày vò trong cảnh đói khát nhưng không thể ăn uống – đồ ăn thức uống thì rất dơ bẩn hoặc họ không thể thọ nhận. Chúng sinh cõi súc sinh khổ vì không có trí tuệ. Chúng sinh cõi A-tu-la thì luôn bị giày vò bởi tâm ganh ghét, sân hận với chư thiên, do vậy họ luôn gây chiến với các cõi trời và thường bị thất bại. Chúng sinh cõi trời thường chịu đau khổ trước lúc chết. Chúng sinh cõi người thì phải chịu đau khổ của sanh lão bệnh tử. Giữa các thời khóa, ta cần liên tục quán chiếu sâu sắc không ngừng về bản chất đau khổ của luân hồi.

Phần *Ngoại Ngondro* là một phần rất quan trọng vì nó giúp chúng ta phát triển được hạnh xả ly và quyết tâm thoát khỏi luân hồi sinh tử ngay trong kiếp này, đồng thời cũng giúp chúng ta tháo bỏ những dính mắc với cuộc đời này. Nếu chúng ta không liên tục quán chiếu hoặc chỉ quán chiếu một cách hời hợt không chuyên tâm thì sẽ không đạt được kết quả nào cả.

Thông thường, với mỗi niệm chuyển tâm các con chỉ cần miên mật quán chiếu trong một tuần lễ. Nhưng ở Tây Tạng, chư tăng ni thường nhập thất quán chiếu miên mật trong bốn tuần. Trong tuần đầu tiên, mỗi ngày phải thiền định và quán chiếu miên mật hơn 10 tiếng.[2]

Sau khi đã hoàn tất *Ngoại Ngondro*, chúng ta chuyển sang giai đoạn tu tập *Nội Ngondro*. Nội Ngondro gồm 4 phần. Đầu tiên là thực hành pháp quy y lễ lạy và phát tâm Bồ-đề. Tiếp đến là tịnh hóa, tụng thần chú Kim Cang Tát Đỏa. Thần chú này rất mãnh liệt, có thể tịnh hóa nghiệp của *thân, khẩu* và *ý*. Phần ba, tích lũy công đức thông qua việc thực hành cúng dường Mạn-đà-la. Phần cuối cùng là Bổn Sư Du Già (Guru Yoga), dùng để thiết lập mối liên hệ gắn bó giữa đệ tử và Đạo sư.

---

[2] Khi có người hỏi Rinpoche "miên mật" là thế nào, Ngài đáp: "Ăn sáng, ăn trưa, ăn tối và thiền định." Cả hội chúng cười ồ.

V. QUY Y VÀ LỄ LẠY

"Pháp quy y là pháp cao thượng nhất"

Tổ Atisha

Trước khi quy y, các con phải xác định được động cơ quy y của mình. Phải hiểu được rằng chúng ta không muốn luân hồi sinh tử nữa, chúng ta cần sự gia trì của Tam bảo và mong muốn được nương tựa vào Tam bảo. Sau đó ta xác định đối tượng quy y là Tam bảo, Guru, rồi phát nguyện quy y.

Việc phát nguyện quy y trong Tiểu thừa, Đại thừa và Kim Cang thừa có sự khác biệt. Mục đích quy y của Tiểu thừa là đạt được giải thoát cho bản thân mình và chỉ quy y trong một đời này. Mục đích quy y của Đại thừa là đạt giải thoát cho mình và tất cả chúng sinh và quy y cho tới khi đạt giác ngộ viên mãn. Đối với Đại thừa, không những quy y vì giải thoát cho bản thân mình mà còn vì hết thảy chúng sinh hữu tình. Như vậy, mục đích và thời gian đều khác nhau.

Khi quy y, chúng ta cần phải biết mình quy y dòng truyền thừa nào. Dòng truyền thừa chính là dòng giáo pháp được truyền liên tục không gián đoạn từ đức Phật Thích-ca cho đến chúng ta. Nói về quy y, nhiều người lầm tưởng rằng nếu chúng ta sinh ra và lớn lên trong một gia đình Phật giáo thì chúng ta là Phật tử. Điều này không đúng. Chúng ta có phải là Phật tử hay không tùy thuộc vào chúng ta có thật sự nương tựa vào Phật hay không. Nếu tâm ta lúc nào, làm gì, ở đâu cũng đều luôn hướng về Tam bảo, nương tựa vào Phật Pháp Tăng, thì đó là một dấu hiệu chứng tỏ ta là đệ tử của đức Phật, của Guru.

Trong truyền thống Phật giáo Đại thừa có rất nhiều vị Phật, trong Kim Cương thừa có rất nhiều vị Bổn Tôn. Và các vị xuất hiện không phải là để làm mẫu cho chúng ta may *thangka* hay tạc tượng rồi để lên bàn thờ mà thờ cúng, khấn vái một cách hình thức. Thờ cúng hay cúng bái một cách hời hợt, hình thức không phải là mục đích của hành giả. Mục đích của một hành giả chân chính là tu tập để chuyển hóa tâm. Các con phải khéo biết phân biệt.

Nhân nói qua về việc thờ cúng, ta sẽ nói thêm một chút về việc thờ cúng người đã mất. Cách tốt nhất để chúng ta có thể chăm lo đối với người đã qua đời đó là dùng Pháp. Khi người qua đời là người thân hay vị thầy của chúng ta, với bổn phận là quyến thuộc hoặc đệ tử, điều tốt nhất ta nên làm là tổ chức những lễ *puja*. Việc này sẽ đem lại nhiều lợi lạc cho chúng ta và cho người đã mất.

Nếu có thể, các con hãy làm lễ *puja* hằng tháng, bằng không thì một năm một lần cũng tốt. Theo lệ thường, sau khi hỏa táng người thân, chúng ta cất tro đó vào hũ và để thờ ở nhà. Thật sự mà nói, điều này là không nên. Những nghi thức đối với người đã chết cần phải rất cẩn thận và chi tiết, không thể sai sót được. Sự tùy tiện của chúng ta chính là một vấn đề rất nghiêm trọng, ảnh hưởng không tốt đến người đã mất và chính bản thân ta.

Khi đức Phật chuyển pháp luân lần đầu tiên, ngài dạy về Tứ diệu đế. Lần chuyển pháp luân thứ hai, đức Phật trao truyền giáo lý

Tánh Không. Giáo lý Tánh Không vốn dĩ thâm diệu, chúng sinh thông thường khó mà hiểu được. Lần chuyển pháp luân thứ ba, đức Phật giảng về Như Lai Tạng. Đức Phật dạy rằng, tất cả chúng sinh đều có tánh Phật, đều có cơ hội thành Phật, nhưng do mê mờ nên không nhận ra. Sở dĩ đức Phật giảng dạy cho chúng ta rất nhiều pháp môn là vì Ngài tùy căn cơ mà giáo hóa chúng sinh. Với mỗi loại ô nhiễm của tâm chúng sinh, đức Phật dạy một Pháp môn đối trị. Chúng sinh có 84.000 loại che chướng phiền não, thế nên kinh sách hay nói tới 84.000 pháp môn.

Trong Tam tạng kinh điển có ba phần: Kinh (Sutra), Luật (Vinaya) và Luận (Abhidharma). Đối với dính mắc nơi tâm, đức Phật dạy Kinh. Đối với dính mắc nơi thân, đức Phật dạy Luật. Đối với vô minh, đức Phật dạy Luận. Sau rốt, đức Phật dạy đến Vajrayana (Kim Cang Thừa).

Đức Phật đưa ra bốn môn đối trị như vậy nhằm chuyển hóa các loại tâm chúng sinh từ thô đến vi tế. Đức Phật trụ thế 80 năm và không để lại kinh sách gì. Những kinh sách được truyền đến chúng ta hiện giờ là do những cuộc kết tập kinh điển của các đệ tử Ngài.

Và chính đức Phật cũng đã từng báo trước rằng sau khi ngài nhập diệt, Giáo pháp sẽ truyền đến Tây Tạng và phát triển rất mạnh mẽ tại đất nước này. Thời vua Trisong Deutsen đã có rất nhiều kinh sách Phật giáo được dịch sang tiếng Tây Tạng. Guru Rinpoche và nhiều vị học giả khác ở Ấn Độ cũng được mời sang Tây Tạng vào thời gian này. Thế nên Tây Tạng có đầy đủ kinh sách của ba thừa Phật giáo: Tiểu thừa, Đại thừa Hiển giáo và Đại thừa Mật giáo.

Tiếp sau đây, ta sẽ nói qua một chút về sự khác biệt giữa Hiển giáo và Mật giáo. Các giáo lý và pháp môn của Hiển giáo chủ yếu giúp cho hành giả thanh lọc, tịnh hóa các nghiệp chướng cũng như các xúc tình tiêu cực thô. Còn Mật giáo thì thanh lọc, tịnh hóa ngay cả các nghiệp chướng cũng như các xúc tình tiêu cực vi tế nhất. Có cách phân chia khác nữa: Hiển giáo là Nhân thừa (nguyên nhân), Mật giáo là Quả thừa (kết quả).

Sự khác biệt quan trọng nữa giữa Mật giáo và Hiển giáo là sự khác biệt về thời gian. Đối với Hiển giáo, kể cả Đại thừa và Tiểu thừa, đều mất rất nhiều thời gian để đạt đạo quả. Mật giáo, trái lại, là một con đường rất ngắn để đạt tới giác ngộ giải thoát.

Chúng ta cần có hiểu biết thật đầy đủ về đối tượng quy y. Thông thường ở Đại thừa Hiển giáo thì đối tượng quy y là Tam bảo – Phật, Pháp, Tăng. Trong Kim Cang thừa có năm đối tượng quy y. Đối tượng đầu tiên là Phật - vị thầy tâm linh. Thứ hai là Pháp - con đường dẫn đến giác ngộ giải thoát. Thứ ba là Tăng - người bạn tâm linh. Hai đối tượng khác nữa của Kim Cang thừa là Guru và Yidam. Guru (Đạo sư) là tập hội của mọi quy y. Yidam (Bổn Tôn) là gốc rễ của mọi thành tựu.

Khi quy y và xác định đối tượng của quy y là Phật thì chúng ta phải biết được các phẩm tánh của một vị Phật. Bản thân đức Phật Thích-ca Mâu-ni lúc đầu cũng là một con người bình thường như chúng ta, nhưng Ngài đã phát nguyện sẽ tu để trở thành bậc Chánh Đẳng Chánh Giác vì lợi ích của hết thảy chúng sinh. Khi phát nguyện như vậy và trưởng dưỡng tâm Bồ-đề qua ba a-tăng-kỳ kiếp với vô vàn nỗ lực, cuối cùng ngài đã đạt tới giác ngộ viên mãn, trở thành bậc Chánh Đẳng Chánh Giác.

Những phẩm tánh của một vị Phật thì không thể nghĩ bàn, vượt ngoài sự hiểu biết của chúng ta. Tạm nói đến hai khái niệm Thập lực và Tứ vô úy.[3] Nói đức Phật là bậc Toàn tri

[3] (Thập lực), cũng gọi là Mười trí lực (Thập trí lực) bao gồm: 1. Tri thị xứ phi xứ trí lực: Biết rõ tính khả thi và tính bất khả thi trong mọi trường hợp; 2. Tri tam thế nghiệp báo trí lực hay Nghiệp dị thục trí lực: Biết rõ luật nhân quả, quả báo, tức là nghiệp nào tạo quả nào; 3. Tri nhất thiết sở đạo trí lực: Biết rõ nguyên nhân nào dẫn đến con đường tái sanh nào; 4. Tri chủng chủng giới trí lực: Biết rõ các thế giới với những yếu tố thành lập của nó; 5. Tri chủng chủng giải trí lực: Biết rõ căn

có nghĩa là Ngài biết được tất cả mọi việc. Ví dụ như ngài có thể đếm được số cát của sông Hằng một cách chính xác hoặc có thể biết được có bao nhiêu nguyên tử trong toàn bộ vũ trụ này.

Những phẩm tánh của một vị Phật thì không thể nghĩ bàn cả về mọi phương diện *thân, khẩu, ý*. Có vị Bồ Tát tên là *Shug Chang* muốn biết thế giới của một vị Phật rộng lớn thế nào. Ngài cứ đi lên mãi lên mãi nhưng thấy thế giới của đức Phật đó không bao giờ kết thúc và không hề có giới hạn. Một vị Bồ Tát khác là *Moungal Putra* muốn tìm hiểu giới hạn về

---

tánh riêng biệt của mỗi chúng sanh; 6. Tri nhất thiết chúng sanh tâm tánh trí lực: Biết rõ căn cơ học đạo cao thấp của mọi chúng sanh; 7. Tri chư thiền giải thoát Tam-muội trí lực: Biết tất cả các cách thiền định; 8. Tri túc mệnh vô lậu trí lực: Biết rõ các tiền kiếp của chính mình; 9. Tri thiên nhãn vô ngại trí lực: Biết rõ sự hoại diệt và tái sanh của chúng sanh; 10. Tri vĩnh đoạn tập khí trí lực: Biết các pháp ô nhiễm sẽ chấm dứt như thế nào.

Tứ vô úy (hay Tứ Vô sở úy) của chư Phật bao gồm: 1. Nhất thiết trí vô sở úy; 2. Lậu tận vô sở úy; 3. Thuyết chướng đạo vô sở úy; 4. Thuyết tận khổ đạo vô sở úy. Hàng Bồ Tát cũng có Tứ vô sở úy nhưng khác với chư Phật, bao gồm: 1. Tổng trì bất vong thuyết pháp vô úy; 2. Tận tri pháp dược, cập tri chúng sanh căn dục tánh tâm, thuyết pháp vô úy; 3. Thiện năng vấn đáp, thuyết pháp vô úy; 4. Năng đoạn vật nghi, thuyết pháp vô úy. Khi so sánh chúng ta sẽ thấy rõ được rằng, Tứ vô sở úy của hàng Bồ Tát là thể hiện năng lực giáo hóa, cứu độ chúng sinh, trong khi Tứ vô sở úy của chư Phật là thể hiện phẩm tính của sự giác ngộ viên mãn.

khẩu của một vị Phật là như thế nào; Ngài đi qua rất nhiều cõi Phật để xem tới đâu sẽ không còn nghe được tiếng nói của vị Phật ấy thì thấy không có nơi nào là không nghe tiếng nói của vị Phật đó. Có một vị Bồ Tát muốn tìm hiểu khả năng trí tuệ của một vị Phật là như thế nào và, tương tự như vậy, ngài cũng không thể nào đo lường được khả năng đó.

Nếu như trong một đống lửa có rất nhiều mẩu than, một vị Phật có thể lấy từng mẩu than trong đống lửa ra và chỉ rõ từng mẩu than đó thuộc về cây nào. Ví như có một người chủ trang trại tập hợp thóc từ rất nhiều cánh đồng thành một đống thóc rất lớn. Một vị Phật có thể lấy ra một hạt thóc bất kỳ từ đống thóc đó và chỉ ra hạt thóc này thuộc về cánh đồng nào, mùa gặt nào một cách chính xác...

Khi chúng ta quán chiếu về năng lực của Pháp thì điều đầu tiên chúng ta thấy là sức mạnh gia trì, bảo hộ. Khi tu đúng Chánh pháp, chúng ta sẽ không bao giờ bị đọa xuống các cõi thấp, đó chính là năng lực bảo hộ của Pháp. Pháp giống như một viên thuốc kì diệu giúp ta thoát khỏi tham ái, là cội nguồn của những ô nhiễm khác. Từ tâm *tham* sinh ra các tâm *sân, si, mạn, đố* - tất cả là *ngũ độc* khiến chúng ta trôi lăn trong luân hồi sinh tử và chịu đau khổ. Như vậy khi quán chiếu giá trị của Pháp, ta tập trung vào sức mạnh giải thoát của Pháp, là khả năng đoạn diệt *tham, sân, si, mạn, đố*.

Khi quán chiếu sức mạnh của Tăng – những người đi theo con đường đức Phật đã chỉ dạy, đã thực sự tu hành trong nhiều kiếp và đạt được giác ngộ viên mãn – ta nghĩ tới phẩm hạnh của các vị Đạo sư. Các vị Đạo sư là những bậc thầy đã chứng ngộ, các ngài có đủ năng lực để cứu độ chúng ta và chỉ cho chúng ta con đường giác ngộ, giải thoát. Từ "*Konchog*" trong tiếng Tạng hay được tụng, "*kon*" nghĩa là "hiếm có" nên rất quý, "*chog*" nghĩa là "tâm linh". "*Konchog*" là vô cùng quý hiếm và cao quý nhất trong vũ trụ này. Chữ này có ý nghĩa rất sâu xa, chữ " *kon*" (quý hiếm) nói lên khả năng xuất hiện trong cuộc sống, trong vũ trụ là rất hiếm có, rất hy hữu. "Quý hiếm" còn có nghĩa là không có chút tỳ vết, không chút nhiễm ô, mà hoàn toàn trong sáng, hoàn toàn thanh tịnh. Vì phẩm tánh các ngài trong sáng, thanh tịnh, quý báu như vậy nên Tam bảo ví như món trang sức – là cái làm đẹp cho thế giới, vũ trụ này.

Điều trân quý nhất của Tam bảo là có sức mạnh, năng lực dồi dào để gia trì bảo hộ cho chúng ta và cứu chúng ta thoát khỏi luân hồi sinh tử. Khi đã quy y Tam Bảo ta sẽ được sự gia hộ chân chánh như vậy.

Khi chúng ta đã thệ nguyện thì phải giữ

giới. Khi đã quy y đức Phật rồi thì không được quy y các vị thần, thánh khác như thần Shiva, Đế-thích hay các vị thần bản địa... Vì dù họ là những vị thần nhiều năng lực nhưng vẫn chưa thoát khỏi luân hồi sinh tử, không có khả năng giúp ta đến giác ngộ giải thoát.

Khi đã quy y Pháp, tất cả những gì chúng ta làm đều phải có sự xét đoán. Nếu hợp với Chánh pháp thì hãy làm, còn không hợp với Chánh pháp thì phải cương quyết từ chối.

Khi đã quy y Tăng, chúng ta không nên kết bạn với những người không tốt hoặc những người có thể gây cho ta ảnh hưởng không tốt.

Khi đã quy y Phật rồi thì chúng ta phải trân quý các hình ảnh, tôn tượng đức Phật như chính đức Phật vậy. Chúng ta nên tôn trí ở những nơi cao và bày tỏ lòng kính ngưỡng.

Khi đã quy y Pháp thì chúng ta phải hết sức trân quý tất cả những biểu hiện của Pháp như kinh sách, bài giảng... Đức Phật dạy rằng, sau khi viên tịch ngài sẽ xuất hiện lại dưới hình thức kinh sách. Vì vậy kinh sách có thể xem là hình ảnh đức Phật hay hóa thân của đức Phật. Kinh sách phải đặt ở nơi cao, không được đặt ở dưới đất, không giẫm lên hoặc không bước qua. Khi dùng cũng phải có sự nâng niu, kính cẩn.

Khi chúng ta quy y Tăng là quy y Tăng đoàn Đại thừa, vì vậy ta phải trân quý các hình ảnh của tăng đoàn Đại thừa, như màu đỏ và màu vàng y áo của Tăng sĩ.

Khi quy y Phật, chúng ta phải cúng dường đều đặn, ví dụ những ngày thiêng liêng trong một năm hay một tháng, như ngày sinh các vị Phật, ngày nhập Niết-bàn, ngày đức Phật chuyển Pháp luân, ngày đức Phật thị hiện thần thông, ngày sinh ngày mất của các vị đạo sư dòng truyền thừa... Vào các ngày này, chúng ta tu tập thì công đức sẽ tăng trưởng vô cùng.

VI. DÒNG TRUYỀN THỪA DRIKUNG

"Để dòng truyền thừa không gián đoạn,
Pháp được truyền phải thanh tịnh.
Để Pháp được thanh tịnh, phải có chân Đạo sư."

Pema Benza

Trong truyền thống Phật giáo Tây Tạng có bốn dòng phái lớn: Nyingma (Cổ Mật - Mũ đỏ), Kagyu (Mũ đen), Gelug (Mũ vàng) và Sakya. Các dòng phái lớn này còn chia thành nhiều nhánh nhỏ hơn.

Các dòng truyền thừa đều có chung một nguồn gốc là giáo pháp của đức Phật Thích-ca Mâu-ni.

Tuy mỗi dòng truyền thừa đều phát xuất từ một vị tổ riêng biệt nhưng về căn bản giáo pháp là giống nhau. Giáo pháp dòng Mũ đen được ngài Kim Cương Trì truyền xuống cho tổ *Tilopa* là người Ấn Độ. Sau đó giáo pháp được truyền xuống tới ngài Naropa (cũng là người Ấn Độ).

Ngài Naropa đã vượt qua tất cả 24 thử thách và thọ nhận được toàn bộ Giáo pháp do tổ Tilopa trao truyền. Sau đó, giáo pháp được truyền tới tổ Marpa.

Ngài Marpa sinh ra tại Tây Tạng và sau đó sang Ấn Độ ba lần để học Giáo pháp. Ngài học Giáo pháp, tu trì liên tục trong suốt 16 năm theo tổ Naropa và đạt được chứng ngộ sau nhiều thử thách cam go. Ngài nổi tiếng là đại dịch giả đã dịch từ tiếng Phạn sang tiếng Tây Tạng phần giáo pháp căn bản của Kim Cương thừa được gọi là giáo lý dòng Khẩu truyền.

Đệ tử nối Pháp của tổ Marpa là ngài Milarepa. Đệ tử của tổ Milarepa là ngài Gampopa. Lúc đầu Tổ Gampopa tu theo dòng Kadam. Sau khi gặp tổ Milarepa, ngài Gampopa thọ Pháp, thực hành Đại thủ ấn và chứng đắc. Giống như hai dòng sông hòa vào làm một, Ngài đã thọ giáo lý của cả hai dòng Kadam và Kagyu rồi tổng hợp giáo lý của cả hai dòng lại hòa thành một.

Tổ Gampopa có nhiều đệ tử, trong đó có bốn đệ tử chính là Dusum Khyenpa (người sáng lập dòng *Karma Kagyu*), Barompa, Stalpa, Phagmo Drupa. Ngài Phagmo Drupa cũng có rất nhiều đệ tử, trong đó có 500 đệ tử đạt chứng ngộ cao nhất và có những chiếc lọng vàng trên đỉnh đầu, nhưng Ngài vẫn nói rằng đệ tử của Ngài chưa đầy đủ. Chỉ khi Ngài Jigten Sumgon từ miền đông Tây Tạng tìm đến thì ngài Phagmo Drupa mới nói rằng đệ tử của Ngài đã đầy đủ.

Khi đức Phagmo Drupa hấp hối, từ trong tim của Ngài có một chày kim cương vàng bay ra và tan hòa vào trong tim của ngài Jigten Sumgon. Lúc đó, tất cả mọi người đều nhìn thấy và đức Phagmo Drupa nói với ngài Jigten Sumgon rằng: "Con sẽ là người thừa kế ta."

Sau khi Ngài Phagmo Drupa viên tịch, tổ Jigten Sumgon thay Guru lãnh đạo dòng truyền thừa. Ngài có được sự tiên tri từ Bổn sư của Ngài rằng: "Con phải chuyển tới Drikung." Tổ Jigten Sumgon đã làm theo lời Sư phụ dặn và tới Drikung Thil, cách Lhasa 60 km về phía đông. Đây là nơi về sau tu viện chính của dòng Drikung được xây dựng. Ngài đã được một con *yak*[4] cái dẫn đường ; khi đến nơi thì con yak biến mất. "*Dri*" có nghĩa là "con *yak* cái". Tên gọi "*Drikung*" của dòng truyền thừa xuất hiện từ đó.

Ngài Jigten Sumgon, tổ của dòng Drikung, là hóa thân của Ngài Long Thọ và được gọi là Long Thọ thứ hai. Trong tu viện của Ngài Jigten Sumgon thời đó, lúc đầu có 100.000 vị tăng và con số đó còn tiếp tục tăng lên. Vào thời đó, các tu viện thường rất lớn; lớn đến nỗi bầu

[4] Một giống bò đặc biệt ở Tây Tạng.

trời vốn màu xanh nhưng vì quá nhiều tăng sĩ nên màu áo vàng hắt lên nền trời khiến cho bầu trời ngả sang màu vàng. Do vậy, mỗi khi muốn thông báo vấn đề gì thì phải cho người lên đỉnh núi đánh cồng (*gong*) để có thể thông báo cho cả một vùng rộng lớn.

Một ngày kia tổ Jigten Sumgon nói với tất cả các vị tăng trong tu viện: "Tất cả các con phải nhập thất tu tập, ta sẽ lo lắng và quản lý tu viện. Nếu các con không đi thì chính ta sẽ đi nhập thất và các con ở lại trông coi tu viện." Rồi ngài bí mật rời khỏi tu viện và tới một hang động để nhập thất, không ai biết ngài ở đâu.

Sau đó các vị Daka, Dakini từ ba nơi chốn linh thiêng gắn với thân, khẩu, ý của đức Chakra Samvara tới thỉnh Ngài Jigten Sumgon gửi những hóa thân của ngài tới ba nơi đó để ban truyền Giáo pháp. Sau khi tổ Jigten Sumgon gửi các hóa thân của Ngài tới ba nơi đó để truyền Pháp rồi, các vị Daka, Dakini lại thỉnh Ngài ở lại với họ và không đi đâu nữa. Lúc đó Ngài nói rằng Ngài vẫn còn các đệ tử ở nhà và Ngài muốn tổ chức một đợt nhập thất cho họ. Ngài đề nghị triệu tập mọi người đến ba địa điểm linh thiêng đó: thứ nhất là núi thiêng Kailash, thứ hai là Sari, thứ ba là Lapchi. Mỗi địa điểm có 55.525 vị tăng sĩ đến nhập thất. Tổng số tăng sĩ nhập thất lên tới gần 180.000 người, một con số khổng lồ mà đời nay khó có thể tin được.

Dòng Drikung Kagyu được thành lập từ cách đây 865 năm, sớm hơn một chút nhưng cùng thế hệ với dòng truyền thừa Drukpa Kagyu. Ngài Phagmo Drupa nắm giữ 8 dòng truyền thừa: Drikung Kagyu, Drukpa Kagyu, Yazang Kagyu, Shugseb Kagyu, Taglung Kagyu, Trophu Kagyu, Yerpa Kagyu và Smarpa Kagyu. Hiện giờ chỉ còn bốn dòng truyền thừa thuộc Kagyu là Drikung Kagyu, Drukpa Kagyu, Taglung Kagyu, Barom Kagyu. Hai dòng mạnh nhất, về số lượng, hiện nay là Drukpa Kagyu và Drikung Kagyu, còn hai dòng Taglung Kagyu và Barom Kagyu ít hơn về số lượng. Các dòng khác không còn tồn tại nữa.

Từ Ngài Jigten Sumgon cũng có nhiều dòng truyền thừa Kagyu khác nữa.

Trong lịch sử, đạo Phật đầu tiên phát triển ở Ấn Độ, rồi từ Ấn Độ truyền bá sang những nước khác. Kim Cang thừa được truyền bá sang Tây Tạng và phát triển rất mạnh. Sau đó, đạo Phật từ Tây Tạng lại được truyền bá ngược lại Ấn Độ và chủ yếu tập trung ở vùng Ladakh. Thực tế ngày nay đạo Phật ở Ấn Độ đã suy tàn rất nhiều, không còn được như trước; nhiều nơi chỉ còn lại tên gọi, trên thực tế không còn sự tu tập. Tuy nhiên, hiện đang có những dấu hiệu của sự hưng thịnh trở lại.

Tại Ladakh, những giáo pháp đức Phật đã truyền dạy vẫn còn được phát triển khá mạnh. Bốn dòng phái lớn của Kim Cang thừa là dòng Mũ đỏ (Nyingma), Mũ vàng (Gelug), Mũ đen (Kagyu), Mũ trắng (Sakya) đều có đại diện của mình ở đó, nhưng số lượng đông nhất là dòng Kagyu.

Trong dòng Kagyu thì mạnh nhất về số lượng là hai dòng Drukpa và Drikung. Các dòng truyền thừa thuộc Kagyu đã từ Tây Tạng tới Ladakh từ khoảng hơn 500 năm trước đây. Dòng Drikung bắt đầu phát triển ở Ladakh cách đây khoảng hơn 500 năm.

Sau phái Kagyu là phái Gelug cũng có số lượng khá lớn ở Ladakh. Phái Nyingma và Sakya không phát triển mạnh lắm, tính theo số lượng, tại Ladakh.

Ở Kathmandu trước đây chưa từng xuất hiện tên dòng Drikung Kagyu. Cách đây hơn 10 năm thì chính Sonam Rinpoche đã tới Kathmandu và xây dựng hai tu viện Drikung tại Kathmandu và Lumbini (Lam-tỳ-ni). Từ đó tên tuổi dòng Drikung mới bắt đầu được lan truyền tại Nepal.

VII. CÂY QUY Y

"Càng tu tập mãnh liệt thì ma quỷ càng mạnh mẽ."

Lời Vàng của Thầy Tôi

Trước khi quán tưởng cây quy y, chúng ta bày trên bàn thờ tám món cúng dường hoặc các vật phẩm khác tùy theo khả năng của mình như đèn, nước thơm, thực phẩm... Kế đó, quán tưởng một cây Quy y rất to lớn trong không gian phía trước mặt.

Cây Quy y được trang hoàng bởi bảy món báu.[5] Cây Quy y có năm nhánh. Guru ngồi ở nhánh giữa, bốn nhánh còn lại bao bọc xung quanh tương ứng với bốn phương đông, tây, nam, bắc.

Ở nhánh giữa là một Pháp tòa bốn tầng. Tầng đầu tiên là tòa sư tử được nâng đỡ bởi những con sư tử tuyết. Tầng thứ hai là một hoa sen ngàn cánh. Trên hoa sen ngàn cánh là một đĩa mặt trăng và một đĩa mặt trời (hai tầng

---

[5] Bảy món báu, hay thất bảo, gồm: vàng (金), bạc (銀), lưu li (琉璃), pha lê (玻璃), xa cừ (硨磲), xích châu (赤珠), mã não (碼瑙).

còn lại). Giữa tòa là Bổn sư của ta trong hình tướng Kim Cang Trì (Vajradhara).

Tại sao chúng ta phải quán tưởng Bổn sư mình trong hình tướng đức Kim Cang Trì? Vì trong truyền thống Mật tông, tất cả mọi thứ chúng ta quán tưởng đều phải thanh tịnh. Khi tâm chúng ta còn bất tịnh thì chưa có khả năng trực tiếp thấy đức Bổn sư của mình là một vị Phật. Do đó phải quán tưởng Bổn sư trong hình tướng đức Kim Cang Trì. Quán tưởng đức Kim Cang Trì trong hình tướng Báo thân: thân Ngài màu xanh dương đậm – là màu xanh của bổn tánh nguyên sơ – với một mặt và hai tay. Trên thân Ngài là 13 món trang sức bằng châu báu và lụa là; 8 món trang sức châu báu là:

1. vương miện 5 màu có ngọc như ý,
2. hai hoa tai,
3. hai vòng đeo ở hai cánh tay,
4. hai vòng đeo cổ tay,
5. hai vòng đeo hai cổ chân,
6. hai dây đeo cổ dài,
7. một dây đeo cổ ngắn,
8. hai chiếc nhẫn ở hai bàn tay;

Và 5 món bằng lụa là:

1. giải lụa buộc đầu,
2. giải lụa dài quanh thân,
3. thượng y,
4. hạ y
5. giải lụa buộc thắt lưng.

Ngài ngồi thế kiết già, hai tay bắt chéo trước ngực, tay phải cầm chày, tay trái cầm chuông. Thân Ngài trong suốt như được làm từ ánh sáng cầu vồng. Xung quanh Ngài là các vị hóa thân của bốn cấp độ tantra.

Xung quanh tổ Jigten Sumgon, tạo thành ba nhánh nhỏ phía trên, là ba dòng truyền thừa. Nhánh nhỏ ở giữa là dòng truyền thừa Gia trì bảo hộ (Blessing) - dòng truyền thừa chính yếu của hành giả.

Hãy quán tưởng các vị Đạo sư dòng truyền thừa Drikung, vị nọ xuất hiện dưới vị kia cách nhau một chút.

Đầu tiên, các con quán tưởng đức Kim Cang Trì như đã mô tả, sau đó đến đức Tilopa, đức Naropa, đức Marpa, đức Milarepa, Gampopa, Phagmo Drupa, Jigten Sumgon. Tiếp theo đó là các vị đạo sư dòng truyền thừa Drikung, và cuối cùng là đức Bổn sư (trong hình tướng của đức Kim Cang Trì như đã mô tả ở trên).

Nhánh bên phải tổ Jigten Sumgon (bên trái hành giả) là dòng truyền Kiến Thanh tịnh – bắt đầu từ đức Phật Thích-ca Mâu-ni rồi đến đức Di-lặc (Maitreya), ngài Vô Trước (Asanga) v.v... Nhánh bên trái là dòng truyền Giới luật Thanh tịnh bắt đầu từ đức Thích-ca Mâu-ni rồi tới đức Văn-thù (Mañjuśrī), Ngài Long Thọ (Nagarjuna) v. v.

Theo nguyên tắc, để hành giả không bị dính mắc vào tư tưởng bộ phái, cần phải quán tưởng đầy đủ các dòng truyền thừa khác của Mật giáo thuộc Gelug, Nyingma, Sakya và các dòng truyền thừa khác của Kagyu. Các dòng truyền thừa khác bao quanh dòng truyền thừa chính của hành giả.

Tuy nhiên, vì trong lịch sử đã từng có những vi phạm giới nguyện (samaya) nghiêm trọng khiến cho một vài dòng truyền thừa không còn được thanh tịnh. Vì vậy, nếu hành giả không biết chắc các dòng truyền thừa đó có thanh tịnh hay không thì không nên quán tưởng.

Khi quán tưởng, Bổn sư (Guru) bao giờ cũng nằm ở trung tâm của cây quy y, bởi vì đối với Kim Cương thừa thì Bổn sư là tất cả, là Phật là Pháp là Tăng, một ngàn vị Phật cũng nằm trong vị thầy của mình. Guru là quan trọng nhất, luôn nằm chính giữa, là hiện thân của Tam bảo. Thân của Ngài là Tăng bảo, khẩu của Ngài là Pháp bảo, ý của Ngài chính là Phật bảo.

Bổn sư là bậc thầy đại diện cho chư Phật quá khứ, là bản chất của chư Phật hiện tại và là nguồn cội của chư Phật tương lai. Vị Bổn sư là hiện thân của chư Phật, chư Bồ Tát, nhưng Ngài từ bi hơn chư Phật, vì Ngài trực tiếp làm lợi lạc cho chúng ta, trực tiếp dạy dỗ, dẫn dắt chúng ta.

Chư Phật thuộc về quá khứ đã không còn trụ thế, chư Phật tương lai chưa xuất hiện trên cõi này, vị Phật hiện tại nay cũng đã thuộc về quá khứ rồi. Người ở lại với chúng ta, thực sự chăm lo cho chúng ta chính là Guru của ta. Vì vậy, Ngài là người quan trọng nhất.

Tiếp theo, trên cánh cây phía bên phải Guru (bên trái của hành giả) là tập hội của chư Phật. Ở trung tâm tập hội chư Phật là Đức Phật Thích-ca Mâu-ni – giáo chủ của cõi Ta-bà. Xung quanh Ngài là 1.000 vị Phật của Hiền kiếp này cùng tất cả các vị Phật của quá khứ, hiện tại và vị lai trong mười phương. Các vị đều trong hình tướng Hóa thân siêu việt, đắp y tu sĩ, có đầy đủ 32 tướng tốt và 80 vẻ đẹp của quả Phật như nhục kế nhô cao, lòng bàn chân có in dấu các luân xa. Tất cả các ngài an tọa trong thế kim cương – các ngài không còn dính mắc vào luân hồi lẫn Niết-bàn.

Nhánh phía sau lưng Guru là Pháp bảo trong hình tướng của những bộ kinh sách. Có tất cả 103 bộ kinh sách – tượng trưng cho tất cả giáo lý Phật đà.

Trên cành cây bên trái Guru (bên phải hành giả) là tăng đoàn Đại thừa và Tiểu thừa. Ở phía trên là tăng đoàn Đại thừa với tám vị Đại đệ tử. Dẫn đầu là đức Văn-thù-sư-lợi, đức Kim Cang Thủ, đức Quán Tự Tại; xung quanh các ngài là Tăng đoàn tôn quý gồm toàn thể chư vị Bồ Tát.

Phía dưới là tăng đoàn Tiểu thừa, dẫn đầu là hai vị Thanh văn (Sravaka) chính yếu – Xá-lợi-phất và Mục-kiền-liên – cùng tập hội chư vị A-la-hán và Độc Giác Phật tôn quý. Các Ngài xuất hiện trong hình tướng hóa thân, đầu cạo sạch, thân khoác ba lớp y tu sĩ, tay trái cầm bình bát, tay phải cầm tích trượng và đi chân trần.

Xung quanh cây Quy y, ở nhánh phía trước là tập hội chư Daka, chư Dakini, chư vị Bổn tôn (Yidam) và chư vị Hộ pháp.

Không cần nhớ hết các vị tổ, các vị Đạo sư. Bước đầu chỉ quán tưởng đức Kim Cang Trì và một vài vị Đạo sư của dòng truyền thừa. Sau đó, khi có thời gian nghiên cứu lịch sử, tiểu sử các Ngài thì sẽ ghi nhớ dần dần.

Khi thực hành quy y, hành giả phải quán tưởng như sau: tự mình có rất nhiều thân, số lượng như vi trần ngập tràn trong không gian, mỗi thân lại có vô lượng đầu, mỗi đầu có vô lượng lưỡi để tán thán chư Phật. Bên phải là mẹ mình và vô lượng chúng sinh nữ, bên trái là cha mình và vô lượng chúng sinh nam. Phía trước là những kẻ oán thù, những kẻ gây chướng ngại cho mình. Sau lưng là bạn bè và thân nhân của mình. Tất cả đều cùng mình lễ lạy và trì tụng câu kệ Quy y.

Hai bàn tay khi chắp lại lễ lạy phải giống như đang cầm một bông hoa bên trong. Phải phát tâm chí thành quy y chư vị đạo sư, quy y Phật, Pháp, Tăng và chư vị hộ pháp của dòng truyền thừa.

Sau đó để tay trước trán, quán tưởng tất cả thân nghiệp của chúng sinh và mình đều được tịnh hóa. Đồng thời quán tưởng tất cả chúng sinh và bản thân mình đều có nhục kế trên đỉnh đầu giống như đức Phật.

Tiếp theo đặt tay xuống cổ, hãy quán tưởng tất cả khẩu nghiệp của chúng sinh và mình đều được tịnh hóa. Tại nơi cổ, hãy quán tưởng cổ của chúng sinh và mình đều có ba ngấn như đức Phật. Ba ngấn này là hình ảnh ốc tù và chiến thắng – tượng trưng cho kim khẩu đức Phật.

Sau đó hãy chuyển tay xuống giữa ngực (luân xa tim) đồng thời quán tưởng tâm của chúng sinh và bản thân mình được tịnh hóa hoàn toàn. Nơi đó xuất hiện một "nút vĩnh cửu" – tượng trưng cho sự thanh tịnh nơi tâm bí mật của chư Phật.

Trong truyền thống Kim Cang thừa, chúng ta lễ lạy theo cách "*ngũ thể đầu địa*" (*năm vóc sát đất*) – trán, 2 lòng bàn tay, 2 đầu gối. Khi lễ lạy các con hãy quán tưởng rằng *ngũ độc* của chúng sinh và bản thân mình chảy hết vào lòng đất. Khi đứng dậy hãy quán tưởng nhờ công đức này mà tất cả chúng sinh và bản thân mình đạt được quả Phật viên mãn.

Khi hành trì lễ lạy phải tụng câu quy y bằng tiếng Tạng, phát âm càng chuẩn xác càng tốt. Khi thực hành quy y có một vài điều các con phải thường hằng tâm niệm.

Thứ nhất, từ bây giờ cho đến lúc giác ngộ nguyện không quy y một nơi nào khác ngoài Tam bảo và không xao lãng tâm quy y vào Tam bảo dù chỉ một phút giây.

Thứ hai, không một nơi nào có thể che chở cho con ngoài Tam bảo.

Cuối cùng, con cùng tất cả chúng sinh khác cùng quy y Tam bảo.

Trong khi lễ lạy không được ngưng quán tưởng.

Sau phần lễ lạy là phần *hóa tán quán tưởng*: vạn pháp (*toàn bộ vũ trụ*) tan thành ánh sáng nhập vào các vị hộ pháp, các vị hộ pháp tan ra hòa vào các Tăng đoàn. Sau đó Tăng đoàn tan ra hòa vào Pháp bảo, Pháp bảo tan ra hòa vào chư Phật. Tiếp đó chư Phật tan ra hòa vào chư Yidam, các vị Yidam tan ra và hòa vào đức Kim Cương Trì (đầu tiên trên cùng) rồi Ngài lại tan ra hòa vào chư Đạo sư. Các vị Lama dòng truyền thừa từ từ từng người một tan ra

– người đầu tiên tan ra hòa vào người thứ 2 và cứ như thế cho đến vị cuối cùng, từ trên xuống dưới.

Cuối cùng đức Bổn sư (trong hình tướng Kim Cang Trì) tan thành ánh sáng dần dần từ dưới lên trên và hòa tan vào trán của hành giả. Sau đó ngồi thiền vô niệm khoảng mười lăm phút và cuối cùng kết thúc bằng việc tụng đọc các nguyên âm, phụ âm.

VIII. THỜ CÚNG TRONG KIM CANG THỪA

"Hãy thực hành, đừng thờ phụng suông."

Trước hết, nói về phòng tu tập. Nên có một phòng riêng, ở phía trên. Không nên để bàn thờ ở phía dưới, nơi có phòng sinh hoạt ở trên.

Bàn thờ nên có 2 tầng:

– Tầng trên để đặt tất cả đối tượng của thờ cúng: tượng Phật, thangka, kinh sách, tháp bảo v.v...

– Tầng dưới để tất cả các vật cúng dường. Cần lưu ý: không nên dùng các câu minh chú để làm vật trang trí, in vào chén bát, ghế ngồi... Khăn, áo, vật dụng cá nhân có chữ của câu chú thì có thể chấp nhận được nhưng phải lưu tâm, không được để xuống đất hay chỗ dơ bẩn.

Cách sắp xếp bàn thờ chuẩn theo truyền thống Tây tạng là:

- Tượng, tranh của các vị đại Đạo sư của dòng truyền thừa, của Guru ở khu vực trung tâm của bàn thờ (Thân). Theo truyền thống Mật thừa, Guru bao giờ cũng là quan trọng nhất.
- Tiếp đến là tượng tranh của chư Phật, chư Bổn Tôn (Thân).
- Bên phải tượng, tranh là các tập sách, các bản kinh (Khẩu).
- Bên trái là tháp bảo (Ý). Nếu có thể đặt xá lợi vào trong tượng thì nên đặt ở phần đầu của tượng.

Có nhiều cách để cúng dường. Có thể sắp đặt 8 món cúng dường, trong đó các phẩm vật cúng dường càng quý giá càng tốt, nhưng nếu không có điều kiện thì cúng nước trong cũng tốt. Tất cả các chén bát đựng đồ cúng dường phải sạch sẽ, không vỡ, không có nguồn gốc phi pháp. Phải trong sạch cả về tinh thần và hình thức. Nếu đồ cúng dường bị sứt mẻ phải đổi ngay lập tức.

Nước cúng: cúng càng nhiều càng tốt, tuy nhiên theo truyền thống Tây Tạng thì nên cúng 5 hoặc 7 chén nước. Trước khi cúng, lấy khăn sạch lau sạch, khô các chén. Khi rót nước cúng, phải để ý không để chén không trên bàn thờ. Có 2 lý do phải làm như vậy: Thứ nhất, ngạ quỷ có thể vào cư trú trong các chén rỗng để ngửa. Thứ hai, để các chén rỗng trên bàn thờ là không có dấu hiệu cát tường, vì dấu hiệu cát tường bao giờ cũng là viên mãn, tràn đầy. Trạng thái rỗng không là trạng thái nghèo nàn.

Rót đầy từng chén, để lên bàn thờ rồi tiếp tục chén tiếp theo. Hoặc rót một chén có nước, từ chén đó đổ qua các chén khác, mỗi chén vài giọt nước là được. Đặt các chén nước lên bàn thờ, sau đó rót thêm cho đầy. Đặt các chén thẳng hàng, không nghiêng ngả, cách đều nhau. Khoảng cách giữa các chén phụ thuộc chén to hay nhỏ. Nước cúng phải lấy từ vòi ra rồi cúng luôn, không dùng nước đun chín. Khi rót nước phải tập trung và thành kính, không được để rơi rớt nước ra ngoài. Không rót quá đầy, cũng không quá vơi. Vừa rót nước, vừa trì chú *Om ah hung*.

Tụng chú *Ram yam kham* trong lúc thanh tịnh hóa các phẩm vật cúng dường.

Đốt hương (nhang) hươ lên: thanh tịnh bằng lửa.

Dùng quạt phẩy nhẹ: thanh tịnh bằng gió.

Dùng chân hương (chân nhang) nhúng vào ly nước, vẩy nhẹ vài cái: thanh tịnh bằng nước.

Chú ý: khi sắp đặt các vật cúng dường, nên đeo khẩu trang để tránh vô tình thưởng thức hương thơm cũng như tránh làm dơ bẩn các phẩm vật.

Thay nước trước mỗi thời công phu hoặc thay nước vào cuối ngày, trước khi mặt trời lặn, không được thay nước vào buổi tối. Nếu lỡ quên thì để qua sáng hôm sau, trước thời công phu mới thay nước. Nếu thay nước vào lúc mặt trời lặn trời tối, ngạ quỷ hoặc các chúng sinh yếu bóng vía khi nhìn thấy bình nước sẽ tưởng là bình máu. Làm như vậy là mình đã tạo nghiệp vì làm họ sợ.

Nước đã cúng nên đổ vào một cái bình và úp chén xuống. Sau đó đổ nước đi vào nơi sạch sẽ (tưới cây) chứ không được đổ ở nơi đường xá, nơi dơ bẩn, nơi có người bước chân lên.

Lưu ý: Không nên uống nước sau khi cúng cũng như không nên dùng các phẩm vật đã cúng dường. Lý do thứ nhất là vì khi cúng chúng ta đã dâng các vật phẩm đó lên chư Phật, chư Bồ Tát, và chúng đã thuộc về Tam bảo. Nếu chúng ta thọ dụng, có nghĩa là chúng ta dùng của Tam bảo, thì sẽ tạo nghiệp. Sự vi phạm này tuy không nặng nhưng vẫn nên tránh. Lý do thứ hai là nếu chúng ta giữ thói quen dùng các vật phẩm cúng dường thì khi mua vật phẩm cúng ta thường có khuynh hướng suy tính tới việc sẽ dùng các vật phẩm đó sau khi cúng. Điều đó làm cho tâm ta bị ô nhiễm và việc cúng dường sẽ vì thế mà giảm phước đức.[6]

Các vị tăng cũng cần rất cẩn trọng khi nhận lễ lạy, cúng dường của Phật tử. Những gì thuộc về chùa chiền, Tam bảo cũng không được động đến nếu không được phép. Nếu quý thầy chia cho thì mình có thể được thọ hưởng vì đó là phước, nhưng cũng chỉ nên dùng một cách khiêm tốn. Đặc biệt chú ý những gì thuộc về các vị Đạo sư tôn quý, các bậc chứng ngộ thì càng tuyệt đối không được tự tiện động tới vì sẽ tạo nghiệp rất nghiêm trọng.

Nên phân biệt cúng dường hằng ngày với lễ cúng Tsok. Các đồ của lễ cúng Tsok thì sau khi làm lễ nếu ta không dùng sẽ là sai phạm. Tuy nhiên, cũng chỉ được dùng một ít và không được mang về để chia phần cho người thân, bạn bè. Cúng dường hằng ngày không nên cúng nhiều.

---

[6] Cũng vì lý do đó mà Rinpoche khuyên chúng ta không nên thưởng thức các vật phẩm cúng dường trước khi bày lên bàn thờ; ví dụ như một động tác nhỏ là ngửi và khen hoa cúng thơm, đẹp cũng nên tránh.

Không được cúng ngạ quỷ và chúng sinh khác ở trong nhà. Chỉ có thể cúng ở ngoài trời, ngoài đường. Và nếu như không biết cúng thì họ cũng không thể nhận được. Do đó, không nên làm khi chưa được học.

Phải rất cẩn thận khi cúng dường. Với hoa cúng, chúng ta không nên ngắm, ngửi, khen đẹp...

Không nên thưởng thức các đồ cúng dường vì như vậy là làm ô nhiễm đồ cúng. Khi mua đồ cúng, cũng không nên có tâm lý tiếc rẻ vì trót mua đắt, khen chê đắt rẻ, vì cúng dường với tâm như vậy sẽ làm giảm phước đức.

Trong các chén cúng dường cũng không được để lẫn lộn các phẩm vật với nhau. Ví dụ: một vài hạt gạo rơi vào chén nước, 1 vài cánh hoa, tàn nhang rớt sang chén gạo... Ta gọi đó là "cúng mù" (blind offering).

Các con hãy nhớ chăm chút, cẩn trọng trong việc cúng. Phải làm giống như (nếu không hơn) trong sinh hoạt hằng ngày. Khi người ta đưa cho mình chén trà có vài miếng thịt, trong rượu rớt vài cọng trà thì mình có thích không? Trong cuộc sống mình cẩn thận như vậy thì tại sao mình lại thiếu cẩn trọng khi cúng dường? Chúng ta thường sống một cuộc sống đầy đủ, xa hoa, sạch sẽ và đôi khi là quá cầu kỳ. Vậy tại sao không đơn giản hơn trong cuộc sống và cẩn thận hơn trong việc thờ cúng?

Những nề nếp này tuy khó luyện tập nhưng rất cần thiết, nếu ta muốn có được sự cúng dường hoàn hảo về cả thân, khẩu, ý. Chúng ta cúng dường với tâm như thế nào vẫn là điều quan trọng nhất. Tâm cúng dường quyết định công đức của người cúng dường và việc cúng dường có tác dụng chuyển hóa tâm rất lớn nếu được làm đúng cách.

Tám món cúng dường cần sắp xếp theo đúng thứ tự từ trái sang phải, bao gồm:

- Nước: để uống
- Nước: để rửa chân
- Hoa: trang trí cho đầu
- Trầm hương: hương (cho mũi)
- Đèn bơ: sắc (cho mắt)
- Nước thơm: ý (cho tim)
- Thực phẩm: vị (cho miệng)
- Nhã nhạc: thanh (cho tai)

Phần nhã nhạc có thể để dưới dạng các hình thức tượng trưng: chuông, pháp loa bằng ốc, đàn ghi-ta, nốt nhạc...

Lưu ý:

Các ngày sau đây là những ngày quan trọng trong năm, cần cúng và tu tập, vì vào những ngày đó công đức được tăng trưởng lên gấp một triệu lần (*theo lịch Tây Tạng*):

1. Tháng đầu tiên: ngày mồng một cho đến ngày 15 của tháng là 15 ngày đức Phật

phô diễn thần thông. Đây là những ngày cần cúng để Phật tử phát triển tín tâm và tăng trưởng công đức. Ngày 15 là ngày quan trọng nhất.

2. Tháng thứ tư - tháng của đức Phật Sakyamuni: Ngày 15/04 có ba sự kiện trùng nhau: Phật đản sinh, Phật thành đạo và Phật nhập Niết bàn.
3. Tháng thứ 6, ngày thứ 4: Đức Phật chuyển Pháp luân lần đầu tiên tại vườn Lộc Uyển.
4. Tháng thứ 9, ngày 22: Đức Phật từ cõi trời Đao-lợi của vị Đế-thích xuống trần sau ba tháng thuyết pháp cho mẹ. Sau khi đức Phật ra đời được một tuần thì mẹ Ngài mất được tái sinh lên cõi trời Đao-lợi của Đế-thích. Đức Phật lên cõi trời Đao-lợi thuyết pháp cho mẹ trong ba tháng giúp cho bà đạt được chứng ngộ. Ngày 22/9 là ngày đức Phật trở xuống trần. Đây là ngày rất quan trọng, công đức tăng trưởng rất lớn, do đó chúng ta nên tinh tấn tu tập cả tháng 9, nếu không thì cũng phải tu tập chăm chỉ vào ngày 22/9.
5. Các ngày 8, 10, 15, 25, 30 của mỗi tháng cũng là những ngày công đức tu tập được tăng trưởng nhiều lần:

– Ngày 08: ngày vía Phật Dược sư.

– Ngày 10 : ngày vía Guru Rinpoche (đức Liên Hoa Sinh)

– Ngày 15: ngày vía Phật A-di-đà.

– Ngày 25: ngày vía Dakini.

– Ngày 30: ngày của Đức Phật Sakyamuni.

Về các ngày thiêng trong năm, Mật giáo có truyền thống rất phong phú và được duy trì không gián đoạn. Mỗi dòng truyền thừa có hàng trăm, hàng ngàn vị đại đạo sư (các ngài chính là các bậc Bồ Tát). Do đó có rất nhiều ngày đặc biệt liên quan đến ngày các ngài sinh, các ngài nhập Niết-bàn. Hầu như tất cả các ngày đều có liên hệ đến một sự kiện đặc biệt nào đó. Chính vì vậy các vị thầy của chúng ta ngày nào cũng phải tu tập. Chúng ta nếu cũng thực hiện tu tập đều đặn được như vậy thì rất tốt. Nếu không thì cũng phải tu tập vào những ngày quan trọng là những ngày liên quan đến đức Phật và những ngày đã kể ở trên, vì vào những ngày đó công đức tăng lên hàng trăm, hàng triệu lần.

Phật pháp không biết đến sự phân biệt dòng phái, có sự phân biệt là do tâm con người mà thôi. Tất cả mọi hành trì đúng cách đều nhận được sự gia trì như nhau. Khi chúng ta quán tưởng, người truyền lực gia trì là Bổn sư (Root Guru). Thực chất năng lực gia trì mà Guru truyền xuống là hiệp hội của lực gia trì, bảo hộ của tất cả chư Phật, chư Bồ Tát, chư Tổ sư, chư vị Đại đạo sư của tất cả các dòng truyền thừa của Kim Cương thừa. Do đó năng lượng nhận được là tổng hợp của tất cả; không nên sinh tâm phân biệt giữa các dòng truyền thừa.

Khi chúng ta tụng chú, chúng ta thường cầu nguyện "Chư Phật mười phương, chư Bồ Tát mười phương gia trì, gia hộ" và sự thật đúng là như vậy. Vị Bổn sư của mình giống như một thấu kính hội tụ, Ngài quy tụ tất cả năng lượng của vô số chư Phật, chư Bồ Tát, chư đạo sư của các dòng truyền thừa từ vô thủy đến nay. Chính vì vậy Kim cương thừa mới có sự *thống nhất*, không có sự phân biệt. Sự phân biệt là do tâm đệ tử, còn đối với các bậc Đạo sư thì - không bao giờ có sự phân biệt. Khi đệ tử có lòng tin mãnh liệt vào Guru rồi thì có nghĩa là người đó kết nối được với tất cả các dòng truyền thừa của Mật giáo.

Chúng ta cúng dường ba thời, mười phương chư Phật thì công đức có được ấy so với cúng dường Bổn sư cũng chỉ như một lỗ chân lông so với toàn bộ cơ thể mà thôi. Vì vậy, trong pháp tu Ngondro có pháp Bổn sư Du-già rất quan trọng.

Garchen Rinpoche

Ba mươi bảy pháp hành Bồ tát đạo

"Trí tuệ phân biệt, biết đâu là việc tốt nên làm,
đâu là việc xấu nên bỏ.
Đấy chính là Phật."

Có thể nói rằng, trong vòng 10 năm qua, thầy đã đi hoằng pháp ở khắp nơi trên thế giới, và Pháp bảo mà thầy đã quảng bá trong suốt khoảng thời gian thầy đi hoằng pháp, tựu trung chỉ có Ba mươi bảy pháp hành Bồ Tát đạo này mà thôi. Thầy đã thọ nhận giáo lý về Ba mươi bảy pháp hành Bồ Tát đạo từ Bổn Sư của thầy, và đây là tất cả những gì mà thầy đã nương vào để [làm căn bản cho việc] tu học. Ngoài những giáo lý này thì thật ra thầy cũng chẳng học được gì nhiều cho lắm.

Trong Phật Giáo, có những truyền thống tu tập khác nhau, những pháp môn hành trì khác nhau, nhưng tựu trung thì tinh túy tất cả các giáo pháp của Đức Phật đều nhất quán, không khác biệt. Tất cả tinh túy của các giáo pháp mà

Đức Phật đã giảng dạy [mà chúng ta nhận được] từ các dòng truyền thừa khác nhau, thực ra đều không vượt ngoài hai chân lý. Hai chân lý ấy là [tinh tuý của] tất cả những gì mà đức Phật đã tuyên thuyết. Đức Phật đã thuyết tất cả 103 pho kinh, nhưng thực sự những gì được thuyết trong toàn bộ kinh điển cũng không nằm ngoài hai chân lý ấy [chân đế và tục đế].

Đạo Phật cho chúng ta cơ hội được tu tập theo những dòng truyền thừa và những pháp môn khác nhau. Tất cả những truyền thống tu tập này được phát triển là vì chúng ta có những nhu cầu khác nhau. Ở trong thế giới này cũng thế, chẳng hạn khi chúng ta nói về thức ăn, thì chúng ta có cơm gạo, có rau trái... Cơm gạo hay rau trái ở đất nước nào cũng giống nhau, nhưng chúng ta lại có những phương thức khác nhau để chế biến hay nấu nướng. Cũng giống như khi chúng ta nói đến những phương pháp tiếp cận khác nhau trong Phật giáo, ai thích hợp [với pháp tu nào thì] tu theo pháp nấy.

Trong Kim Cang thừa, chúng ta có tất cả bốn dòng truyền thừa chính, gồm có: Sakya, Nyingma, Gelug và Kagyu. Bốn dòng truyền thừa này đều có những pháp tu khác nhau, những phương thức tiếp cận khác nhau. Trên thực tế, cho dù chúng ta thọ nhận Giáo pháp từ một bậc đạo sư, một lama hay một guru nào đi chăng nữa, thì tựu trung tất cả chỉ có một con đường, một cái đích tối hậu, và chỉ có một điều duy nhất mà chúng ta cần phải đạt được. Con đường đó, cái đích đó, điều cần đạt được đó chính là trí tuệ, là một trong sáu pháp Toàn thiện Siêu việt [Lục Ba-la-mật].

Vậy làm sao để có thể đạt được tuệ giác hay trí tuệ bát nhã ấy? Có những người hành trì theo pháp Đại Thủ Ấn (Mahamudra), có những người tu tập theo pháp Đại Viên Mãn (Dzogchen), lại có những người tu tập theo pháp Trung Quán (Mādhyamika). Nhưng cuối cùng, cho dù theo pháp tu nào đi chăng nữa thì điều quan trọng nhất vẫn là làm sao để trực nhận ra được bản tâm. Giống như đức Phật đã giảng dạy cho chúng ta, chúng ta cần phải hoàn toàn nhiếp phục được tâm của mình.

Bây giờ, thầy sẽ có đôi lời khai thị về những giai đoạn tu tập [để nhiếp phục tâm], là những giai đoạn tu tập đã được đề ra trong Ba mươi bảy pháp hành Bồ Tát đạo.

Trong phần đầu của bài tụng *Ba mươi bảy pháp hành Bồ Tát đạo*, chúng ta tụng câu " Con xin chí tâm đảnh lễ vị Đạo sư vô thượng và Thủ hộ chủ Quán Tự Tại (Quán Thế Âm), trong khi quán chiếu sự không đến, không đi của vạn pháp..." thì ở đây, câu này đang nói đến *chân lý tuyệt đối*. Khi đức Phật trực chứng bản tâm thì ngay đó ngài đã thấu tột được tất cả mọi hiện tượng trong cả cõi Ta-bà cũng như cảnh giới Niết-bàn. Khi an trú trong chân tánh, ta sẽ nhận thức được rằng không có gì đến mà cũng chẳng có gì đi.

Tánh thật của các hiện tượng, tánh ấy hoàn toàn không trụ vào đâu cả, tựa như hư không. Khi ta trực chứng được điều này, như đức Phật đã chứng ngộ, thì chính điều ấy sẽ che chở cho chúng ta, giống như đức Chenrezig có thể che chở cho ta vậy. Nhưng cũng có vô lượng vô số chúng sinh chưa trực chứng được bản tâm. Và bất kỳ chúng sinh nào chưa trực nhận được bản tâm thì chúng sinh ấy sẽ phải trải qua những đau khổ rất lớn lao.

Tiếp theo, trong chánh văn có nói rằng, vì muốn đem lại lợi lạc cho chúng sinh mà các giáo lý [sau đây] đã được giảng dạy. Đầu tiên, chúng ta cần khẩn nguyện đức Phật toàn giác, khẩn nguyện Tam bảo. Từ sự chứng ngộ con đường tối thượng, đức Phật đã truyền bá giáo pháp. Và cuối cùng, noi theo những pháp tu [mà Đức Phật truyền dạy], tăng đoàn đã phát triển.

Tóm lại, ở đoạn đầu có ý nói rằng, sự thành tựu đến từ chính sự thấu hiểu các pháp hành đạo, và bây giờ, ngài [Ngulchu Thogme Zangpo] sẽ giảng dạy về các pháp tu ấy cho chúng ta nghe. Ở đây, những giáo lý được giảng dạy là để dành cho những chúng sinh nào chưa trực chứng được bản tâm. Còn đối với những ai đã kiến tánh, đã trực chứng được chân tâm thì họ không còn đau khổ [do họ nhận ra được bản chất huyễn ảo của các đau khổ mà họ trải nghiệm].

Giáo Pháp mà Đức Phật giảng dạy chính là cội nguồn đem đến lợi lạc và hạnh phúc cho chúng ta trong đời này cũng như đời sau. Ở đây, chúng ta đang nói đến những lợi lạc và hạnh phúc tạm thời. Điều này có nghĩa là, nhờ chúng ta hiểu được giáo lý, chúng ta sẽ tích lũy được nhiều lợi lạc nhất thời, chẳng hạn như là chúng ta sẽ được sinh vào những cõi cao. Chúng ta gặt hái được điều này là vì chúng ta đã thấu hiểu về sự vận hành của nhân quả. Khi hiểu được sự vận hành của nhân quả thì chúng ta cũng hiểu được đâu là nguyên nhân đưa đến đau khổ, chúng ta sẽ thực tập buông bỏ những nguyên nhân đó, và nhờ vậy mà chúng ta sẽ không phải trả quả báo đau khổ trong tương lai. Không những thế, [khi hiểu được về sự vận hành của nhân quả], chúng ta sẽ có thể chấp nhận được đau khổ trong khi đang phải trả nghiệp. Đây chính là *chân lý tương đối*, gọi là tục đế, là sự thấu hiểu về nhân quả.

Cuối cùng, nương vào hiểu biết đó mà ta biết làm cách nào để rời xa những nguyên nhân đưa đến đau khổ. Những nguyên nhân đó, thật ra chính là các xúc cảm ô nhiễm trong tâm ta. Khi có thể buông bỏ được tâm ô nhiễm thì chúng ta sẽ không còn bị đọa vào trong ba cõi thấp và sẽ không còn khổ đau. Chúng ta sẽ tiếp tục tiến tu trên con đường đạo. Con đường ấy chính là con đường phát khởi lòng từ bi và tâm Bồ-đề. Đó chính là Giáo pháp.

Nếu chúng ta không tu tập theo Giáo pháp một cách đúng đắn, hoặc giả nếu ta chỉ giả vờ tu tập mà thật ra là đang tạo nhiều phiền não, tạo ra nhiều bất ổn, lại khởi sinh nhiều sân hận, thì phải hiểu rằng chính việc tu tập giả vờ đó sẽ trở thành nguyên nhân để chúng ta đọa vào ba cõi thấp. Tại sao? Bởi vì con đường tu tập đích thực, Giáo pháp đích thực là lòng từ, là tâm bi, là tình yêu thương, cùng là sự buông bỏ tất cả những xúc cảm ô nhiễm. Và do đó mà *Ba mươi bảy pháp hành Bồ Tát đạo* đã chỉ ra cho ta phương thức để đạt được giải thoát, để buông bỏ tất cả những xúc cảm đắm nhiễm tiêu cực.

Khởi đầu, trong tuyển tập Ba mươi bảy pháp hành Bồ Tát đạo đã giảng dạy cho chúng ta về những pháp tu sơ khởi. Những pháp tu sơ khởi này bao gồm bốn niệm chuyển tâm hướng về Pháp, gồm có: (1) thân người hiếm quý, (2) cuộc đời vô thường, (3) nhân quả, và (4) những khổ đau trong luân hồi.

Chúng ta cần phải hiểu một cách rốt ráo rằng bốn niệm chuyển tâm này chính là nguyên tắc, là nền tảng cho việc tu tập của ta. Nếu ta không thấu hiểu bốn tư tưởng chuyển tâm hướng về Pháp, không hiểu về sự khó khăn để có được thân người, không hiểu về cái chết, không hiểu về vô thường, không hiểu về luật nhân quả và không hiểu về sự đau khổ của luân hồi, thì chúng ta sẽ không thể nào hiểu được đâu là nền tảng để có thể trưởng dưỡng tâm Bồ-đề.

Bốn tư tưởng chuyển tâm này chính là phương tiện thiện xảo để cho tâm Bồ-đề có thể phát khởi ở những nơi nào chưa phát khởi.

Bây giờ, nhờ có được thân người hiếm quý mà chúng ta có cơ hội để thực hành Phật pháp, có cơ hội để phát khởi tâm Bồ-đề, có cơ hội để nương tựa vào Phật, Pháp, Tăng. Đây là tất cả những nhân tố có thể giúp chúng ta đạt đến được giác ngộ, cho dù là đạt được trong kiếp này hay đạt được trong những kiếp vị lai. Đây chính là căn nguyên đưa ta đến giác ngộ.

Do đó, trước nhất chúng ta cần phải hiểu rõ rằng, thật khó khăn xiết bao để có được thân người, được làm người trong kiếp này [và vì thế, phải nỗ lực chuyên tâm sử dụng cơ hội hiếm quý này để tu tập]. Nếu chúng ta không thấu hiểu được điều này thì chúng ta [sẽ đánh mất cơ hội tu tập], sẽ khó lòng từ bỏ được sự tham luyến đối với cuộc đời này.

Ở đây có liên quan đến câu kệ thứ nhì trong *Ba mươi bảy pháp hành Bồ Tát đạo*. Câu ấy dạy cho chúng ta biết buông bỏ tham luyến và bám chấp, buông bỏ oán ghét và sân hận. Nếu chúng ta chỉ biết quan tâm đến cuộc đời này thôi thì chúng ta làm sao còn có thể để tâm ngó ngàng gì được đến kiếp sau và những kiếp sau đó nữa. Do đó, câu kệ thứ nhất và thứ nhì dạy cho chúng ta hiểu về sự hy hữu vô cùng để có được kiếp người, và chính vì vậy mà ta buộc phải buông bỏ hết tất cả những vọng niệm liên quan đến tham ái và oán ghét.

Trong khi chúng ta tư duy, quán chiếu về mười tám điều kiện tự do và hoàn cảnh phú bẩm (là những thuận duyên giúp chúng ta tu tập), chúng ta sẽ thấu hiểu rằng thân người hiếm quý chính là phương tiện thiện xảo để giúp ta phát khởi tâm Bồ-đề nơi nào tâm ấy chưa phát khởi.

Đức Phật đã tuyên thuyết rằng, trong dòng tâm thức của mỗi một chúng sinh đều có một vị Phật. Nhưng hiện nay trong tâm của chúng sinh, mọi thứ đều ô nhiễm. Lý do là vì chúng ta chấp ngã, nghĩ rằng chúng ta có một cái "ta" và bám chấp vào cái "ta" này. Chúng ta bám chấp vào sự hiện hữu của cái "ta", chúng ta phát khởi lòng tham luyến đối với cái "ta" và phát sinh lòng đố kị đối với những người khác [không phải ta].

Tâm của chúng ta như vậy sẽ giống như nước đã bị khuấy đục. Từ nước vẩn đục này, chúng ta tạo điều kiện cho đủ các loại tâm ô nhiễm phát sinh. Các tâm ô nhiễm này thực sự đến từ *tham, sân,* và *si*. Và *vô minh* lại là nguyên tố nặng nề nhất, tệ hại nhất.

Tại sao lại là vô minh? Vô minh là bởi vì chúng ta không nhìn ra được rằng, thực sự, không có một cái *ngã*, không có một cái "ta". Rồi bắt nguồn từ sự *vô minh* và thiếu tỉnh giác này mà luân hồi đã sinh khởi và tiếp tục hiện hữu. Khi sống trong luân hồi, trong cõi Ta-bà, như đã có cắt nghĩa trong câu kệ thứ ba và thứ tư, chúng ta phải trải nghiệm đủ loại quan hệ giữa bạn và thù. Chúng ta sanh lòng luyến ái gia đình và bạn bè. Chúng ta không ưa thích hoặc oán ghét kẻ thù. Thật sự, đâu có gì chắc chắn để chúng ta biết được ai là bạn, ai là thù? Những người xuất hiện trong đời này như là người thân trong gia đình chúng ta cũng có thể là những oan gia đến từ đời trước. Thật chẳng có gì bảo đảm được điều này. Hoặc giả trong đời trước, chúng ta đã không đền đáp công ơn dưỡng dục và lòng tử tế của cha mẹ, cho nên trong kiếp này, họ đã trở lại và xuất hiện như là kẻ thù của ta. Thật rất khó lường để có thể quả quyết được ai là bạn và ai là thù.

Trên thực tế, trong vô lượng kiếp đã qua, tất cả chúng sinh đều đã từng là cha mẹ của chúng ta. Và nhất là những kẻ thù của ta trong kiếp này, những kẻ ghét ta hay những người mà ta oán ghét, chắc chắn rằng họ đã từng rất tử tế với ta trong những đời quá khứ. Chắc chắn rằng họ đã từng yêu thương ta rất nhiều trong tiền kiếp xa xưa, và đổi lại, ta đã đối xử vô cùng tệ bạc với họ [trong kiếp đó], không đáp trả lòng tử tế của họ bằng sự tử tế của ta. Và cũng vì như vậy mà họ trở nên sân hận, và giờ đây [trong kiếp này], họ xuất hiện như kẻ thù của ta, những người hết sức oán ghét ta. Điều này thực sự chúng ta chẳng thể nào biết được.

Trong *Ba mươi bảy pháp hành Bồ Tát đạo* có dạy, khi chúng ta hiểu được rằng tất cả chúng sinh đều đã từng là cha mẹ của mình trong đời này hay những đời trước thì thật sự đâu có lý do gì để ta lại luyến ái một người nào đó hoặc ghét bỏ một người nào khác. Chẳng có ai để ta phải sanh tâm ô nhiễm cả [vì chúng sinh nào cũng đã từng là cha mẹ và tử tế với ta].

Tiếp theo, nếu chúng ta hiểu được về cái chết và hiểu được rằng bản chất của cuộc đời là vô thường [thì chúng ta sẽ không bám chấp vào cuộc đời này nữa]. Còn nếu chúng ta tham luyến, bám chấp vào cuộc đời này thì tất cả những hành nghiệp của chúng ta đều sẽ phải nằm dưới sự sai sử của *tham, sân, si.*

Trên thực tế, cuộc đời này không kéo dài vĩnh viễn. Cuộc đời này thực sự chỉ giống như giấc mơ của một đêm đã qua. Tối hôm qua, có thể chúng ta đã nằm mơ, nhưng ngày hôm nay khi mà chúng ta thức dậy, giấc mơ không còn nữa. Cuộc đời này của chúng ta cũng y hệt như thế. Mai sau, khi chúng ta chết đi, chẳng có gì của cuộc đời này sẽ còn tồn tại, và chúng ta buộc phải thức dậy, phải ra khỏi giấc mộng. Cuộc đời vừa trôi qua ấy sẽ chỉ giống như hồi ức của giấc mộng mà thôi.

Sau khi chúng ta chết, chúng ta sẽ đem theo với mình những hành nghiệp mà chúng ta đã tích lũy, cũng như đem theo những nghiệp đã được tạo ra bởi những cảm xúc ô nhiễm trong ta. Chúng ta không có sự chọn lựa sẽ đi về đâu. Nghiệp lực sẽ lôi kéo ta và ta hoàn toàn không có sự lựa chọn! Và như thế cho nên, nếu những tâm ô nhiễm như sân hận hay tham ái nổi lên một cách hết sức mạnh mẽ thì đây sẽ là nguyên nhân đẩy chúng ta rơi xuống những cõi thấp như súc sinh, địa ngục hay ngạ quỷ.

Cuộc đời này như một giấc mơ, giấc mơ của một đêm đã qua. Đó chính là bản chất đích thực của cuộc đời này, đó là [vô thường]. Do đó, chúng ta cần phải ghi nhớ rõ điều này và phải biết hướng đến việc chuẩn bị cho kiếp sống kế tiếp bằng cách tịnh hóa tâm của mình trước nhất. Bởi vì, khi chúng ta ra đi khỏi cuộc đời này, thân xác này của chúng ta sẽ ra đi nhưng tâm của chúng ta sẽ không mất đi, tâm của chúng ta sẽ không bao giờ chết, tâm của chúng ta sẽ tiếp tục tồn tại. Và điều quan trọng là làm sao chúng ta có thể tịnh hóa được cái tâm đang và sẽ tiếp tục tồn tại đó!

Để thanh lọc được tâm, chúng ta cần phải nương tựa vào Đạo Sư, là người đã khai thị cho ta, giúp ta hiểu được về sự vận hành của nhân quả. Bởi thế mà vị Đạo Sư thật vô cùng kỳ diệu và vô cùng đặc biệt. Ngài đã chỉ ra cho chúng ta con đường tu để có thể thành tựu giác ngộ.

Trong *Ba mươi bảy pháp hành Bồ Tát đạo* cũng có nói rằng, ta cần phải lánh xa những bạn bè xấu ác, và phải dùng óc phán xét để biết được là qua [sự liên hệ với] những người bạn này, những xúc cảm ô nhiễm của ta có phát sinh hay không. Ví dụ như, khi chúng ta có những bằng hữu mà qua [sự liên hệ với những người này], ta phát khởi được tình yêu thương, sự tử tế và lòng từ bi, thì đấy chính là những người bạn lành, là những thiện tri thức. Những bạn lành này cũng bao gồm cả những vị đạo sư tâm linh, những bậc thầy của ta. Khi tu học với các vị đạo sư tâm linh, nếu ta phát khởi được tâm Bồ-đề thì vị đó chính là những người bạn lành, những thiện tri thức chân chính đích thực, là những người mà chúng ta cần nương tựa vào. Nhưng nếu có những vị thầy tâm linh [mà qua việc học hỏi với các vị ấy] ta trở nên tham đắm hơn, oán ghét hơn và tâm ta lại tràn đầy các xúc cảm ô nhiễm, tiêu cực v.v... thì phải hiểu rằng đây không thể là những người bạn lành, những thiện tri thức chân chính. Nếu vị thầy dạy cho chúng ta những giáo pháp dựa trên các biên kiến cực đoan, dựa trên sự ghét bỏ, thì [giáo pháp ấy và vị thầy ấy] không phải là chân chính.

Một vị minh sư phải là người giúp ta trưởng dưỡng những đức tánh tốt lành trong dòng tâm thức của ta. Và vị minh sư ấy phải là người hiểu được cách vận hành của luật nhân quả. Ví dụ như bây giờ, nếu có một người bạn nào đó tặng cho ta cả trăm ngàn đô-la chẳng hạn, chúng ta sẽ rất thích người bạn đó, vì anh ta cho ta rất nhiều tiền để tiêu xài! Tuy nhiên, một ngày nào đó rồi số tiền ấy cũng phải cạn kiệt, sẽ tiêu tán hết. Nhưng đối với một bậc đạo sư tâm linh thì [tuy ta không nhận tiền từ ngài] nhưng thật ra là ta nhận được nhiều, rất nhiều hơn như thế nữa. Ngài đã ban cho chúng ta đôi mắt [trí tuệ]. Ngài đã chỉ cho chúng ta con đường tu và [giúp chúng ta hiểu về] sự vận hành của nhân quả mà chúng ta mang theo từ kiếp này qua kiếp nọ. Và nhờ có cặp mắt [trí tuệ] đó mà trải qua nhiều kiếp chúng ta sẽ không phải chịu quả báo đau khổ, sẽ không phải đoạ vào những cõi thấp, sẽ được sinh vào các cõi cao hơn, và đến một ngày kia, sẽ đạt được giác ngộ. Và cũng vì thế mà các vị thiện tri thức và những bậc đạo sư còn trân quý hơn bất cứ điều gì khác mà chúng ta có được trong cuộc đời này!

Ngoài ra, từ lúc khởi đầu, chúng ta còn phải biết trân quý và biết ơn lòng từ và sự tử tế mà chúng ta đã nhận được từ cha mẹ chúng ta nữa. Vì chính cha mẹ đã cho ta thân người hiếm quý này. Thứ đến, chúng ta phải biết trân quý và biết ơn lòng từ của các vị thầy cô [trong thế gian này], là những người đã hướng dẫn và dạy dỗ chúng ta về mọi mặt, về tất cả những gì ta cần phải hiểu biết về cuộc đời này.

Nhưng đặc biệt hơn, chúng ta cần phải nhớ nghĩ đến tấm lòng từ của những bậc Đạo Sư đã dạy cho chúng ta về nhân quả, và hơn thế nữa, đến tấm lòng từ của những bậc Đạo Sư đã dạy cho chúng ta phương cách để phát khởi và trưởng dưỡng tâm Bồ-đề.

Sau đó, chúng ta cần phải thọ quy y, phải nương tựa vào những đối tượng quy y để có thể tu hành trên con đường Chánh pháp cực kỳ quý giá. Khi chọn lựa đối tượng để quy y, chúng ta phải nương tựa nơi những đối tượng chân chính, đấy chính là Tam bảo, gồm có Phật bảo, Pháp bảo và Tăng bảo. Như trong *Ba mươi bảy pháp hành Bồ Tát đạo* có dạy, chúng ta không thể nương tựa vào bất kỳ ai đang còn bị trói buộc trong vòng luân hồi, nghĩa là bất kỳ ai chưa trưởng dưỡng được tâm Bồ-đề rốt ráo, bất kỳ ai vẫn còn tâm chấp ngã, chưa giải thoát được khỏi vòng sinh tử. Vì nếu vị ấy chưa [tự mình] giải thoát được khỏi luân hồi thì sẽ không thể nào giúp được cho người khác. Cũng có thể thân của những vị này không còn bị kẹt trong cõi người nhưng tâm của những vị ấy vẫn chưa được hoàn toàn giải thoát. Đó có thể là những vị trời, hay những vị thần linh... Khi chúng ta nói đến những vị trời hay chư thiên thì có các vị trời phàm tục, khác với chư thiên trí tuệ. Và những vị trời là những vị vẫn còn tâm chấp ngã, [vẫn còn bị chi phối bởi sinh tử luân hồi]. Bởi thế, họ chẳng thể nào giúp được chúng sinh một cách rốt ráo.

Trong khi đó, Phật, Pháp và Tăng đều phát xuất từ tuệ giác, nên Tam bảo [là nguồn nương tựa] đáng tin cậy nhất, [có khả năng giúp ta] hoàn toàn thoát khỏi luân hồi sinh tử. Và bởi thế mà Tam bảo là nguồn [gia trì] chân chính nhất. Chúng ta gọi Phật, Pháp, Tăng là Tam bảo "ngoại tại," tức là quy y bên ngoài [nương tựa vào những đối tượng bên ngoài]. Đức Phật bên ngoài chính là chư Phật của ba thời. Có thể có hằng triệu triệu ức muôn chư Phật trong suốt ba thời. Nhưng tâm của các vị ấy chỉ thuần là một. Và đó chính là sự kết hợp giữa tánh không và từ bi.

Mỗi chúng ta cũng sẵn có tiềm năng này. Đây chính là tánh Phật, tâm Phật mà chúng ta sở hữu trong dòng tâm thức của chính mình, là trí tuệ phân biệt, biết đâu là việc [tốt] nên làm, đâu là việc [xấu] không nên làm. Đấy chính là Phật! Còn Pháp thì sao? Pháp bao gồm 84 ngàn pháp môn mà đức Phật đã tuyên thuyết, nhưng tóm gọn, đức Phật chỉ dạy ta "*hãy thực hành các thiện hạnh, lìa bỏ các ác hạnh và hoàn toàn điều phục tâm*".[7] Đấy chính là Pháp!

Các pháp môn mà đức Phật đã dạy để giúp chúng ta tịnh hóa và điều phục tâm không gì khác hơn tình yêu thương và tâm từ bi [vô ngã]. Còn ngoài ra, tất cả mọi thứ khác đều là nguồn gốc, là nguyên nhân dẫn đến luân hồi. Ví dụ như, nếu chúng ta có tình yêu thương dành cho con cái của chúng ta chẳng hạn, ngay khi có một mảy may ý niệm về cái 'tôi' xuất hiện ở trong đó, thì chính đó đã là nguyên nhân dẫn đến luân hồi rồi. Khi chúng ta nghĩ rằng, đây

---

[7] Trong kinh Đại Bát Niết-bàn có câu: "Chư ác mạc tác, chúng thiện phụng hành, tự tịnh kỳ ý, thị chư Phật giáo." (Không làm các việc ác, thành tựu các hạnh lành, tự thanh tịnh tâm ý, chính lời chư Phật dạy.)

là con trai tôi, đây là con gái tôi... Ngay khi có một cái 'tôi' hiện ra thật mạnh mẽ thì tự khắc đó là nguyên nhân dẫn đến luân hồi. Còn nếu ta cảm nhận được tình yêu thương lan tỏa đến hết thảy chúng hữu tình thì đây chính là nguồn gốc của tâm Bồ-đề, đây chính là Giáo pháp.

Trong Phật giáo có ba thừa, hay ba con đường tu tập dựa trên ba căn cơ khác nhau. Và bất kỳ ai đã bước vào con đường tu, [cho dù là thừa nào đi nữa], nghĩa là bất kỳ ai đã thọ giới nguyện quy y thì ta cũng có thể gọi người ấy là Tăng bảo. Tại sao chúng ta lại xem đấy là một điều quý báu (bảo)? Tại sao lại là Tăng bảo? Bởi vì đã là Tăng bảo thì ta phải nghĩ rằng, tôi không chỉ nghĩ đến bản thân mình như những chúng sinh tầm thường khác, mà bởi vì tôi là [một phần của] Tăng bảo nên tôi quan tâm và nghĩ đến người khác, đến các chúng sinh khác. Điều này cũng có nghĩa là khi các chúng sinh khác hãm hại tôi thì cho dù là thế nào đi chăng nữa, tôi sẽ hành trì hạnh nhẫn nhục, tôi có thể đáp lại [tâm xấu ác của họ] bằng tình yêu thương trong tôi. Đấy chính là ý nghĩa đích thực của Tăng bảo. Và đấy chính là Tam bảo "ngoại tại," là ba viên ngọc quý ở bên ngoài.

Rồi sau khi đã quy y Tam bảo thì chúng ta cần phải hiểu rõ rằng chính bản thân ta là Tam bảo. Tam bảo đích thật là Tam bảo ngự trong bản tâm ta. Chánh niệm và tỉnh giác của ta chính là Phật. Chánh niệm và tỉnh giác là đức Phật "nội tại," đức Phật ở bên trong. Nếu ta phát triển được tình yêu thương và tâm từ bi [vô ngã] thì đấy chính là Pháp nội tại, Pháp ở bên trong bản tâm ta. Và nếu ta có được đầy đủ chánh niệm, tỉnh giác và từ bi, thì tất nhiên ta trở thành Tăng bảo! Ta có đầy đủ Phật, Pháp, Tăng ở trong ta!

Pháp đàm với Garchen Rinpoche

THẦY VÀ ĐỆ TỬ

"Khi con có tâm chí thành, chí tín thì không quan trọng ai là Guru của con."

"Bổn sư bên ngoài chỉ là minh họa của tâm giác ngộ bên trong ta."

Hỏi: *Con đã thọ pháp với nhiều vị đạo sư vậy làm thế nào để biết được ai là bổn sư của con?*

Đáp: Tâm chí thành chí tín hướng đến bổn sư (Guru) thật mạnh mẽ, không gợn chút hoài nghi và tình yêu từ sâu thẳm con tim đối với ngài - đây chính là những yếu tố quan trọng nhất để nhận biết ai là Guru của con. Không nhất thiết chỉ được có một bổn sư mà có thể có nhiều bổn sư. Vị ấy cũng không nhất thiết phải là một người còn sống mà có thể là một vị Hộ Phật hay một vị Phật, ví dụ như đức Phật Thích-ca Mâu-ni hay đức Guru Rinpoche. Nếu ta có cảm nhận mãnh liệt về các ngài thì các ngài cũng là bổn sư của ta. Không quan trọng bổn sư là ai, cũng không quan trọng là có bao nhiêu bổn sư, mà quan trọng là tâm mình có thật sự mãnh liệt, tận tụy dâng hiến, hướng tới các ngài hay không. Ta có thể có nhiều bổn sư và phải hiểu điều quan trọng là tâm của các ngài đều như nhau, hoàn toàn hợp nhất. Đó chính là tâm giác ngộ.

Ở đây có hai khái niệm là bổn sư bên ngoài và bổn sư bên trong. Cần phải biết bổn sư đích thực là ai. Bổn sư đích thực chính là tâm của mình chứ không phải bổn sư bên ngoài. Bồ-đề tâm chính là vị thầy bên trong của con. Nhận ra bản tính chân tâm của mình là trở về với vị bổn sư bên trong ta. Con có bao nhiêu bổn sư cũng được vì các ngài đều như nhau. Điều quan trọng là con đừng để bị dính mắc vào hình tướng bên ngoài của bổn sư như mặt mũi, áo quần... mà phải hướng tới cái tâm [của ngài]. Mà tâm của tất cả các ngài đều là một. Khi con có tâm chí thành, chí tín thì không quan trọng ai là Guru của con. Khi tâm của ta hòa được vào tâm của một bổn sư cũng có nghĩa là hòa được vào tâm của tất cả các vị bổn sư khác. Khi tâm ta gần với các vị bổn sư thì điều đó có nghĩa là ta đang quay về với vị bổn sư của chính bản thân mình. Bổn sư bên ngoài chỉ là minh họa của tâm giác ngộ bên trong ta mà thôi.

Hỏi: *Thầy dạy chúng con là một vị thầy giả mạo. Nhưng những gì vị ấy dạy đều là sự thật thì đối với người đó con phải có thái độ như thế nào?*

Đáp: Con vẫn có thể nghe vị đó nói. Nếu là đúng thì con vẫn có thể được lợi lạc. Con không nên dính mắc vào lỗi lầm của vị đó, vì nếu con phát sinh tà kiến thì con có thể bị đọa lạc. Nếu người đó sai thì người đó sẽ bị đọa lạc vì những việc làm sai trái của mình – đó không phải là việc của con. Con phải xem lại người thầy đó đã dạy những gì, nói những gì. Nếu có Pháp trong đó thì vẫn học được. Đừng dính mắc vào hình tướng, quan trọng là ta phải biết trong những điều dạy ấy có điều gì đúng và điều gì sai. Có câu chuyện về một vị thầy giả lại có một đệ tử giỏi. Rốt cuộc người đệ tử vẫn thành đạo và quay lại địa ngục cứu chính thầy của mình.

Hỏi: *Chúng con là cư sĩ và không phải lúc nào cũng có bậc đạo sư bên cạnh, vậy Ngài khuyên chúng con nên tu tập như thế nào?*

Đáp: Sự hiện diện về tinh thần quan trọng hơn sự hiện diện về thân xác. Giữa tâm và tâm không có khoảng cách [vật lý]. Nếu con hướng tới Guru của con với tâm chánh niệm thì tâm tỉnh giác và chánh niệm của con cũng giống như tâm chánh niệm và tỉnh giác của thầy con, không có gì sai biệt. Ta [cũng như các bậc thầy khác] không bao giờ quên nghĩ tới các đệ tử của mình và bao giờ cũng thương yêu họ. Bất cứ khi nào con nghĩ tới thầy con thì tâm con và tâm ngài là một. Khi nào con nghĩ tới thầy con và khấn nguyện thì nhờ chánh niệm mà mọi nghi ngờ, thắc mắc tự nhiên tan biến. Bởi vì tâm không biết đến khoảng cách. Thân xác có thể xa nhưng tâm không vì thế mà xa. Khoảng cách vật lý không có ý nghĩa gì đối với tâm, vì tâm thức không bị chia cắt bởi không gian vật lý.

Chẳng hạn như con là đệ tử của thầy và con hành trì ở Việt Nam, thầy thì công phu bên Mỹ. Nếu con tu và ta cùng tu tập thì tuy thân xác chúng ta xa nhau nhưng tâm lại là một, rất gần nhau. Gần nhau giống như hòa làm một. Cũng như trên trái đất này có rất nhiều nguồn nước khác nhau nhưng đều có chung một tên gọi là "nước". Mỗi khi con nghĩ về Guru của mình với tâm chí thành, chí tín thì tâm con sẽ hợp nhất với tâm của đạo sư. Tâm của chúng ta giống như tấm gương phản chiếu tất cả những gì ta suy nghĩ trong đầu. Nếu tâm ta nghĩ đến Guru thì tự khắc ta sẽ nối tâm được với ngài. Khi không có cơ duyên được gặp gỡ thường xuyên với vị Guru của mình thì chúng ta có thể gặp gỡ các vị đạo sư khác và cũng sẽ có được lợi lạc từ các vị ấy, vì thật ra tâm của các ngài đều như nhau.

Hỏi: *Xin ngài giải thích cho chúng con về cõi tịnh độ và khi một đấng giác ngộ nhập Niết-bàn thì việc đó có lợi lạc gì cho chúng sinh?*

Đáp: Cõi tịnh độ là biểu hiện của tâm Bồ-đề. Các cõi tịnh độ đều được hóa hiện ra bởi tâm Bồ-đề của các vị Phật. Những ai trưởng dưỡng được tâm Bồ-đề làm lợi lạc chúng sinh thì do có sự tương đồng, người đó có thể sinh về cõi tịnh độ. Đối lập với cõi tịnh độ là cõi địa ngục. Sân hận của nhiều chúng sinh hợp lại tạo thành cõi địa ngục. Nếu ta khởi tâm sân hận thì ta sẽ rơi vào địa ngục, nơi đã có rất nhiều chúng sinh do tâm sân hận mà bị đọa vào đó.

Sau khi một đấng giác ngộ nhập Niết-bàn thì ngài có ba thân: Pháp thân, Báo thân và Hóa thân. Báo thân, ví dụ như một vị Bổn tôn, chỉ có những bậc đã thanh tịnh được nghiệp chướng mới thấy. Như vậy Báo thân Phật xuất hiện để làm lợi lạc cho những chúng sinh đã thanh tịnh nghiệp. Hóa thân có thể xuất hiện trong bất cứ hình tướng nào ở sáu nẻo luân hồi để làm lợi lạc cho các chúng sinh ở các cõi đó. Có thể so sánh ba thân như sau: Pháp thân giống như không gian, Báo thân giống như các cụm mây còn Hóa thân giống như những trận mưa vậy.

Hỏi: *Tại sao việc gây cản trở khó khăn cho các vị Bồ Tát hoằng pháp lại chịu quả báo rất nặng nề?*

Đáp: Nếu vị Guru của ta là một vị Bồ Tát và ta bất đồng ý kiến với ngài, ta khởi tâm sân hận đối với Ngài rồi nói điều đó với những người khác khiến họ phát khởi tri kiến sai lạc, bất tịnh về vị Đạo sư, thì tất cả sẽ bị đọa địa ngục do tà kiến đó. Đó là lý do tại sao mà quả báo lại nặng nề đến như vậy. Hơn nữa, chúng ta có giới nguyện Bồ Tát; nếu chúng ta phá vỡ giới nguyện ấy thì việc làm đó cũng giống như cắt đứt chuỗi tràng hạt ra làm đôi. Đó là phá vỡ thệ nguyện tâm Bồ-đề. Vì vậy, việc tệ hại nhất là nói xấu một vị Guru bởi vì những người khác có thể tin vào lời nói đó và do mắc tà kiến mà bị rơi vào cõi thấp. Cho nên, khi chúng ta không đồng ý với Guru thì vẫn không được làm tổn thương tới tâm chí thành, tới lòng tin [của ta và người khác] đối với Ngài.

Thậm chí nếu ta không nói ra điều gì nhưng ta gây cản trở tới việc hoằng pháp của một vị Bồ Tát thì việc đó cũng tạo ác nghiệp nặng nề. Bởi vì một vị Bồ Tát có khả năng đem lại lợi lạc cho vô lượng chúng sinh. Các chúng sinh này cần có ánh sáng của Giáo pháp. Cản trở việc hoằng pháp của ngài sẽ gây thiệt hại to lớn cho rất nhiều chúng sinh.

Guru giống như một chiếc bình chứa đầy nước tinh khiết. Khi ta nổi sân, gây cản trở cho việc hoằng pháp của Ngài thì tâm của ta giống như nước đã nhiễm chất độc. Đó là tâm đã bị nhiễm chất độc. Tất cả tâm chúng sinh đều được kết nối làm một. Vì vậy, tâm nhiễm độc ấy sẽ tràn ngập tâm của tất cả các chúng sinh khác. Đó là lý do tại sao chúng ta phải trưởng dưỡng tình yêu và lòng khát ngưỡng đối với tất cả các bậc Đạo sư. Đặc biệt, đối với những ai đã thọ giới Bồ Tát thì việc nói xấu Guru là một việc làm tệ hại nhất.

Hỏi: *Tại sao việc ủng hộ hay a dua theo người đang làm việc sai trái cũng chịu quả báo cùng người đó? Về mức độ thì nhẹ hay là nặng hơn?*

Đáp: Khi ta có những người bạn xấu tạo những ác nghiệp, nhưng ta không tán đồng với những ác nghiệp của họ, không làm những việc họ muốn ta làm thì ta không chịu quả báo giống như họ. Còn nếu ta hoan hỉ với việc họ làm thì sẽ phải chịu quả báo xấu cùng với người đó. Nhưng nếu ta bị ép buộc phải làm thì không phải chịu quả báo nặng giống như người kia.

Khi ta có những người bạn xấu, điều tốt lành nhất ta có thể làm là phát tâm từ bi đối với họ, cầu nguyện cho họ. Điều nguy hiểm nhất là khi những người bạn xấu gieo vào lòng ta sự ngờ vực đối với Phật, Pháp, Tăng, khiến ta nảy sinh tà kiến. Đó là ác hạnh to lớn nhất. Điều nghiêm trọng nhất, nguy hiểm nhất là đánh mất lòng tin đối với Tam bảo.

Tâm của chúng ta và tâm của chúng sinh là một và tâm này cũng đồng với tâm Phật. Khi tu tập theo Kim Cang thừa, ta phải giữ giới. Nếu không giữ giới, chúng ta để cho tâm sân hận, vô minh nổi lên che mờ và sẽ bị đọa vào những cõi thấp. Đừng nghĩ rằng các giới đó là đặc biệt chỉ Kim Cương thừa mới có mà thôi.

Khi giữ giới, chúng ta có được tình thương yêu thì đây chính là sự nối kết giữa chúng ta với những người bạn đạo, giữa chúng ta với sư phụ. Khi ta không có tình yêu thương và phá giới thì việc này đồng nghĩa với việc ta cắt đứt sợi dây chỉ của chuỗi tràng hạt. Khi ta cắt đứt sợi chỉ này thì ta sẽ mất đi sự nối kết giữa mình và bạn đạo, giữa mình với Đạo sư.

Tánh Phật sẵn có nơi tất cả chúng sinh giống như nguồn điện, còn tâm từ bi và trí tuệ giống như sợi dây dẫn điện. Nếu ta có cả hai: nguồn điện và sợi dây dẫn thì ánh sáng sẽ được thắp lên, tức là giác ngộ tối thượng. Còn nếu ta đánh mất tình thương yêu, tâm từ bi thì sẽ không có được ánh sáng. Đó cũng là chánh niệm và tỉnh giác. Nếu chúng ta luôn có được chánh niệm và tỉnh giác thì ta luôn có được giới nguyện thanh tịnh. Bởi vì toàn bộ giới nguyện tựu chung đều nằm trong hai chữ "chánh niệm" và "tỉnh giác".

Hỏi: *Giữ im lặng không nói khi người khác làm điều sai trái thì có phạm giới Bồ Tát hay không? Nếu phạm giới thì có nặng hay không?*

Đáp: Khi ta biết rõ một người bạn mình và có tình thương yêu, có lòng tin thì khi thấy bạn mình làm sai, tốt nhất là nên nói thẳng với người đó. Nên nói bằng tất cả tấm lòng chân thành, với tâm từ bi. Nói như vậy, người bạn có thể hiểu và sửa được cái sai của họ. Như vậy là tốt nhất, vì trong trường hợp đó mình vừa giúp được người bạn của mình mà cũng giúp được bản thân mình cùng nhiều người khác nữa.

Còn trong trường hợp mình không biết rõ về người kia, mình cũng không biết chắc phản ứng của người ta như thế nào thì điều tốt nhất là khởi tâm từ bi, cầu mong cho người đó nhận ra được cái sai của họ. Những người làm sai mà không có người giúp đỡ là do họ thiếu phước đức. Trường hợp có một tội phạm đang gây hại cho nhiều người khác trong cộng đồng. Nếu vì lợi ích của mọi người mà chúng ta báo với nhân viên an ninh thì đó là một việc làm rất tốt. Như vậy là chúng ta đã làm một việc ích lợi cho cộng đồng và cho đất nước của mình. Còn nếu không báo cho nhân viên an ninh biết về tội phạm đó, để người ấy tiếp tục làm hại nhiều người khác, làm hại cộng đồng, đất nước thì như vậy là mình đã không thực hiện thệ nguyện Bồ Tát làm lợi lạc cho những chúng sinh khác.

Hỏi: *Kính xin Thầy chỉ dạy cho chúng con dấu hiệu tâm linh nào giúp chúng con có thể nhận biết được vị thầy có duyên nghiệp với chúng con, ai là vị đạo sư gốc của chúng con?*

Đáp: Những dấu hiệu đó sẽ hiện lên trong chính tâm thức của con và con phải là người trả lời câu hỏi đó chứ không thể là ai khác. Khi nào trong tâm con không còn thấy bất kỳ sự hoài nghi nào, tràn đầy niềm tin tưởng, tràn ngập tình yêu thương với Đạo sư, và ngược lại [con cảm thấy] Đạo sư cũng dành đầy tình yêu thương cho con, thì lúc đó dù xác thân vật lý này cách xa Ngài nhưng tâm trí con vẫn hòa nhập với tâm Ngài.

BỒ TÁT HẠNH

"Khi con gặp chướng duyên
thì càng phải nhớ nghĩ tới thệ nguyện Bồ Tát."

Hỏi: *Việt Nam vào hai thời Lý, Trần đạo Phật rất phát triển. Có các thiền sư làm nhiệm vụ hộ quốc, chống xâm lăng, mang lại hòa bình cho quốc gia. Vậy điều thứ 13 [trong Ba mươi bảy pháp hành Bồ Tát đạo] được giải thích như thế nào? Có vi phạm hạnh Bồ Tát hay không? Bảo vệ tổ quốc thì phải tiêu diệt kẻ thù. Vậy tội sát sinh này nên hiểu như thế nào ?*

Đáp: Nếu như buộc phải sát hại người khác để bảo vệ tổ quốc của mình thì nghiệp báo không lớn, vì yếu tố quyết định quả báo ta phải chịu là động cơ dẫn đến hành động ấy.

Trong Phật giáo Đại thừa bao giờ cũng nhấn mạnh tâm Bồ-đề, nhấn mạnh rằng tâm chúng ta làm việc gì cũng hướng về lợi ích của chúng sinh chứ không phải lợi ích của riêng bản thân mình. Nếu như chúng ta buộc phải làm việc đó để bảo vệ tổ quốc mình thì quả báo có thể sẽ nhẹ chứ không nặng. Thậm chí nếu như chúng ta giết một con vật thôi nhưng với động cơ ích kỉ, tham lam hay sân hận thì quả báo nhiều khi còn nặng nề hơn rất nhiều. Nếu ta làm một việc gì đó với động cơ vị kỷ thì đôi khi mình tưởng đó là việc nhỏ nhưng thật ra quả báo lại có thể rất nặng, do tâm xấu ác tạo ra.

Nhưng khi sát hại người khác, ngay cả khi ta làm việc đó với động cơ vị tha, thì ta cũng đã tạo ra nghiệp giữa chúng ta với họ. Tuy nhiên, quả báo đó có thể sẽ không nặng. Ví dụ, trong kinh Hiền ngu có kể câu chuyện về tiền thân đức Phật. Có một kiếp ngài là thuyền trưởng của một thuyền buôn. Trên thuyền buôn đó có 500 hành khách. Thuyền trưởng biết rằng trong số hành khách đi trên thuyền có một tên cướp muốn giết hết những hành khách kia. Ông biết nếu để kẻ đó giết hết những người khác thì quả báo của người ấy sẽ vô cùng nặng nề nên ông đã giết tên cướp kia trước, để hắn không bị đọa địa ngục vì tội lỗi khủng khiếp đó. Kết quả, thuyền trưởng không bị đọa địa ngục mà quả báo của ngài rất nhẹ: kiếp sau ngài bị một cái gai ở chân.

Hỏi: *Các ngài dạy rằng nên khởi tâm chán ghét sinh tử. Vậy nên hiểu thế nào cho đúng bản chất vấn đề này. Ví dụ, có đạt giải thoát nhưng cũng là để quay trở lại cứu độ cho các cõi và để tự tại ở đời. Vậy mục tiêu và phương pháp có gì mâu thuẫn không và nên hiểu thế nào cho thấu đáo về vấn đề này?*

Đáp: Gốc rễ luân hồi chính là tâm chấp ngã, vị kỷ. Chư Phật không có tâm chấp ngã, tâm chư Phật là Pháp thân, rộng khắp như hư không. Vì vậy, dù các Ngài ở đâu cũng không bao giờ thực sự trải nghiệm đau khổ, chướng ngại. Các ngài không còn chấp ngã. Chư Phật có thể xuất hiện dưới nhiều hình tướng khác nhau trong sáu cõi luân hồi. Dù ở đâu, thậm chí ngay cả trong địa ngục, các ngài đều không cảm thấy đau khổ, bởi vì như đã nói trong *Ba mươi bảy pháp hành Bồ Tát đạo*, tất cả đau khổ đều bắt nguồn từ tâm chấp ngã.

Vì vậy, tất cả các vị Bồ Tát xuống trần đều không bao giờ thực sự trải nghiệm khổ đau hoặc chướng duyên. Mặc dầu các Ngài có mặt ở đây để giúp hữu tình chúng sinh, nhưng đồng thời các Ngài cũng hiểu rằng tất cả chỉ là một giấc mơ. Bởi các ngài đã trực nhận được chân tánh của thực tại, nên các ngài hiểu rằng vạn pháp là hư huyễn.

Như trong phần đầu của *Ba mươi bảy pháp hành Bồ Tát đạo* đã nói, chư Bồ tát đã chứng ngộ được rằng các pháp không đến không đi. Các Ngài đã trực chứng được chân lý tối hậu. Vì vậy, các Ngài nhận biết rằng cõi Ta-bà này chỉ là một cõi ảo mộng không thực sự tồn tại. Do đó, các Ngài không còn chấp ngã. Vì không còn chấp ngã nên thậm chí nếu một vị Bồ Tát muốn xuống địa ngục thì ngài có thể làm điều đó một cách dễ dàng vì lợi lạc của chúng sinh hữu tình ở đó.

Hỏi: *Khi chúng con đã thọ giới Bồ Tát rồi thì có cần phải thọ giới thường xuyên không?*

Đáp: Việc nhớ nghĩ đến giới Bồ Tát quan trọng hơn việc thọ giới. Tất nhiên, nếu con thọ giới hằng ngày thì cũng tốt, nhưng tốt hơn là luôn nhớ nghĩ đến giới.

Ví dụ, nếu con phát nguyện tụng *Om mani padme hum* thì trong đêm mỗi khi thức dậy con phải tụng vài biến rồi mới ngủ lại. Cũng như vậy, khi con gặp chướng duyên thì con càng phải nhớ nghĩ tới thệ nguyện Bồ Tát.

Giới Bồ Tát có nghĩa là phải thương yêu tất cả chúng sinh hữu tình không sót một ai. Nguyên nhân dẫn đến việc phạm giới Bồ Tát là tâm sân hận, oán ghét. Khi con nhận ra rằng mình đang oán ghét, sân hận một ai đó thì cần phải phục hồi lại giới Bồ Tát bằng tình thương yêu. Vì vậy, giới nguyện Bồ Tát có thể bị phá vỡ một cách dễ dàng nhưng cũng có thể phục hồi dễ dàng thông qua việc sám hối và phục hồi tình thương yêu với người mà mình oán ghét, sân hận.

Điều rất quan trọng trong khi thực hành *Ba mươi bảy pháp hành Bồ Tát đạo* là hành trì miên mật từng câu kệ với chánh niệm, tỉnh thức. Và con có thể giữ chánh niệm tỉnh thức bằng cách trì tụng *Om ah hum*. Con có thể tụng như vậy suốt ngày với từng hơi thở của mình. Ý nghĩa của giới nguyện Bồ Tát là ở chỗ ta không được đánh mất tình thương yêu đối với chúng sinh và không được để cho sự ganh ghét, đố kỵ, sân hận nổi lên. Nếu con giữ chánh niệm tỉnh giác thường xuyên thì điều đó có nghĩa là con sẽ không phạm bất cứ giới nguyện nào thuộc giới Biệt giải thoát, giới Bồ Tát và Mật nguyện.

Trong *Ba mươi bảy pháp hành Bồ Tát đạo* có dạy rằng, ta phải luôn luôn quan sát để biết được tâm mình, để biết được tâm ta đang ở trong trạng thái nào. Tóm lại bằng việc thường xuyên duy trì chánh niệm tỉnh giác ta có thể thực hành Bồ Tát đạo vì lợi lạc của chúng sinh hữu tình. Từ trong tâm mình, ta phải luôn đặt người khác lên trước bản thân và trong hành động ta phải đối xử với người khác như đối với bản thân mình.

Hỏi: *Vũ trụ vận hành có vẻ như luôn tồn tại song song với yếu tố tâm linh và yếu tố vật chất, luôn tồn tại năng lượng từ bi và trí tuệ hay cũng luôn tồn tại năng lượng âm và năng lượng dương. Đó dường như là sự tất yếu trong thế giới Ta-bà này. Vậy nếu Phật pháp phát triển muôn phương thì phải chăng quy luật tự nhiên cũng không bị mất đi, tức là chẳng thể nào có một thời kỳ mà tất* *cả đều từ bỏ thế giới phàm tục để trở thành các đạo sư tâm linh. Tức là không có thời kỳ nào mà tất cả trở thành Bồ Tát được hết, mà [phàm phu] vẫn tồn tại dưới những hình thức khác nhau để cân bằng cho vũ trụ. Nếu tất cả chúng ta đều từ bỏ thế giới vật chất để đi theo tâm linh thì chúng ta có xây dựng được thế giới mới ở cõi Ta-bà này không?*

Đáp: Toàn thế giới này rồi sẽ trở thành như cõi tịnh độ. Một cõi Tịnh độ là nơi luôn có các Báo thân và Pháp thân. Nhưng thực sự con không cần phải lo lắng đến điều này mà nên quan tâm đến việc tu tập như thế nào để đạt được giác ngộ trước đã. Suy nghĩ đến điều này sẽ chẳng mang lại lợi ích cho con trong thời điểm này. Đối với một chúng sinh đã thanh tịnh nghiệp báo của mình và có cái nhìn thuần tịnh thì thế giới này đã là cõi tịnh độ rồi. Còn với chúng sinh có nghiệp báo xấu thì họ sẽ thấy thế giới này là cõi địa ngục.

Đức Phật dạy rằng, chỉ một ly nước thôi mà chúng sinh trong sáu cõi nhìn thấy sáu thứ khác nhau, do họ có cách nhìn khác nhau. Qua lăng kính của những cảm xúc ô nhiễm trong mình mà chúng sinh trong cõi trời thấy ly nước là cam lồ, chúng sinh trong cõi người và cõi súc sinh thì thấy là nước bình thường, chúng sinh trong cõi ngạ quỷ thì thấy là máu và mủ, còn chúng sinh trong cõi địa ngục thì thấy đó là sắt nung chảy.

Do đó, nếu tịnh hóa được hết tâm ô nhiễm thì sẽ nhìn ra được bản tính thật của nước, cũng như nhìn ra được bản tính thật của thế giới, không phải chỉ thế giới này thôi mà còn vô lượng thế giới khác, trong những dải ngân hà khác. Thậm chí có những thế giới chúng ta không thể nào thấy bằng mắt phàm, vì những thế giới đó không có hình tướng.

Như đã nói, khi tâm chúng sinh là những tảng băng tan chảy thành nước thì nước đó sẽ hòa vào đại dương và đại dương thì luôn ở đó, cho dù những tảng băng có tồn tại hay không. Qua sự suy nghĩ này các con sẽ hiểu giác ngộ là như thế nào.

Thầy sẽ kể câu chuyện về một đệ tử của thầy. Cách đây nhiều năm, sau khi hoàn thành ba năm nhập thất ở một vùng thuộc Ấn Độ, cô ấy muốn ẩn tu trên một ngọn núi Lapchi thuộc dãy Hymalaya. Lúc đầu nơi đó giống như cõi địa ngục, vì quá lạnh nên tưởng chừng cô không thể nào ở lại nổi. Nhưng cô vẫn tiếp tục hành trì. Sau đó cô chia sẻ kinh nghiệm với Thầy rằng có lúc cô cảm giác nơi cô sống giống như cõi tịnh độ, song đôi khi lại rất khó chịu đựng vì quá lạnh; nhưng cô vẫn tiếp tục hành trì. Bây giờ thì cô không bao giờ muốn rời khỏi ngọn núi đó nữa.

Hỏi: *Tâm cũng vô thường. Sau khi qua bào thai, tâm thức sẽ bị quên đi rất nhiều và cần phải được dạy dỗ, nhắc nhở lại. Vậy một vị Bồ Tát sau nhiều kiếp tu hành nếu lơ là tại một vài kiếp nào đó thì có khả năng thối chuyển tâm thành rồi lại ngụp lặn trong luân hồi sinh tử không? Hay sau khi thành Bồ Tát rồi thì vị ấy bất thối chuyển?*

Đáp: Khi một người đã bước vào Bồ Tát đạo rồi thì điều duy nhất làm cho họ thối tâm là khi họ phá vỡ giới nguyện giữa họ với vị Đạo sư của họ. Khi phá vỡ giới nguyện, vị Bồ Tát sẽ gặp chướng ngại. Tuy nhiên, nếu biết sám hối, tịnh hóa thì vị Bồ Tát có thể vượt qua chướng ngại đó một cách dễ dàng. Lúc này, những gì họ đã tích tụ được trong quá khứ lại có thể hiển lộ, đó chính là tâm Bồ-đề – tâm nền tảng của các vị Bồ Tát.

Có nhiều đứa bé được sinh ra với thân tướng rất đẹp đẽ, luôn luôn hạnh phúc an vui, luôn nở nụ cười và không sợ hãi. Trong quá khứ những đứa trẻ đó đã từng phát nguyện Bồ Tát và đã đi theo con đường của các vị Bồ Tát. Nhiều đứa trẻ khác khi sinh ra đời lại luôn luôn sợ hãi, khóc lóc. Sự sợ hãi đến từ tâm chấp ngã rất mãnh liệt và nguyên nhân là do không phát tâm Bồ-đề mạnh mẽ trong quá khứ. Dấu hiệu nhận biết của một vị Bồ Tát là tâm hoan hỉ và vô úy, không sợ hãi.

Thế nào là một vị Bồ Tát?

Về ngoại nghĩa: Bồ Tát là người đã thọ giới, quy y Tam bảo.

Về nội nghĩa: Bồ tát là người đem đến tình yêu thương, an lạc, hạnh phúc cho các chúng sinh khác.

Về mật nghĩa: tất cả chúng sinh đều có tánh Phật, tất cả chúng sinh đều có khả năng thành Phật. Hiểu được như vậy thì chúng ta sẽ không còn tâm nhị nguyên phân biệt giữa người bất tịnh với người thanh tịnh, vì tất cả chúng sinh đều có thể trở thành Phật, ai cũng là Phật tử, ai cũng có tâm Phật.

CĂN BẢN ĐƯỜNG TU

"Tu đúng cách quan trọng hơn chính việc tu."

Tổ Gampopa.

Hỏi: *Con xin hỏi thầy về các trình độ tu chứng đối với người học đạo?*

Đáp: Tuần tự có những bước như sau để đạt đến giác ngộ.

Trước hết chúng ta cần phải tiêu trừ tâm chấp ngã, khi đó ta đạt được sự tự chủ đối với tâm của mình. Khi thoát được tâm chấp ngã có nghĩa là tảng nước đá tan chảy. Tảng nước đá chỉ tan khi ta phát triển được tâm từ bi, tình thương yêu đối với mọi loài chúng sinh. Càng phát triển tâm từ bi bao nhiêu thì trí tuệ càng tăng trưởng bấy nhiêu và chấp ngã càng giảm bớt đi.

Ngoài ra còn có những dấu hiệu giúp cho chúng ta biết ta đang đi đúng đường. Ví dụ như khi tâm ô nhiễm vừa phát khởi, như tâm sân hận, ta liền nhận biết được và đoạn trừ được ngay khi nó vừa phát khởi. Đó là dấu hiệu tiến bộ, tăng trưởng định tuệ. Điều đó có nghĩa là công năng tu tập của chúng ta đã phần nào đạt được kết quả.

Những *tham, sân, si, mạn, đố*, đau khổ xuất hiện là chuyện bình thường và còn xuất hiện nhiều lần nữa. Thay đổi ở đây không phải là chúng không đến nữa mà điều quan trọng chính là khi chúng đến thì tâm ta nhận diện được ngay và chúng biến đi ngay. Đó là dấu hiệu con đang tiến trên con đường dẫn tới Phật quả.

Hỏi: *Với Phật tử việc tranh luận có phải là vọng ngữ hay không? Chúng ta nên quan niệm đúng sai như thế nào?*

Đáp: Nếu chúng ta có hoài nghi hay thắc mắc gì về Phật pháp thì rất cần phải làm sáng tỏ vấn đề, giải tỏa hoài nghi. Việc tranh luận, nêu ra thắc mắc là rất quan trọng, vì nó có tác dụng loại bỏ sự hoài nghi. Còn khi ở một mình để công phu thì nên giữ tâm tĩnh lặng, không nên suy nghĩ nhiều về những hoài nghi của mình. Để có thể tu tập, cần phải cắt đứt hết tất cả những vọng tưởng và chú tâm vào thiền định. Nếu có thể trò chuyện với những người bạn đạo có nhiều kinh nghiệm hơn để học hỏi thêm và giải tỏa nghi ngờ thì rất tốt, nhưng trong quá trình tranh luận đừng để tâm tham và tâm sân chen vào. Đừng nghĩ rằng truyền thống này tốt còn truyền thống kia xấu.

Hỏi: *Con biết việc thực hành hạnh nhẫn nhục, đặt người khác lên trên quyền lợi của bản thân mình là rất khó. Hiện nay con đang sống theo nguyên tắc đạt được bình đẳng giữa các chúng sinh và con chỉ có thể đặt được những người con yêu thương lên trên quyền lợi của bản thân mà thôi. Xin thầy chỉ cho con biết cách nào để con đạt được hạnh nhẫn nhục nói trên?*

Đáp: Khi đọc *Ba mươi bảy pháp hành Bồ Tát đạo* thì không nên hiểu những lời dạy trong đó với nghĩa đen. Phải hiểu đây chỉ là phương pháp để trị sân hận. Nếu không có kẻ thù thì ta không tu hạnh kham nhẫn được. Vì vậy, kẻ thù chính là vị thầy giúp ta tu trì. Không nên ghét bỏ kẻ thù, vì nếu không có kẻ thù thì ta không thực hành được hạnh nhẫn nhục. Phải quán tưởng kẻ thù ở trên đỉnh đầu và quán tưởng người đó là thầy của mình. Đó là một phương diện của vấn đề.

Xét từ góc độ khác, mọi chúng sinh đều có tánh Phật. Có nghĩa là tâm người đó xét về bản chất là tâm Phật nhưng chỉ tạm thời bị che mờ bởi vô minh, ám chướng.

Kẻ thù thật sự không tồn tại. Tự trong tâm ta có sân hận, nhưng ta không biết vì nó tiềm ẩn. Nó tiềm ẩn nhưng vẫn ở đó, chưa tận diệt. Chính nhờ kẻ ấy mà ta biết được tâm mình để sửa. Người giúp mình nhận ra điều đó đáng là vị thầy của mình.

Ngài Jigme Lingpa nói: "*Những ma quỷ độc ác nhất là những nhà đại hảo tâm, vì họ giúp tôi đoạn diệt nhiễm ô.*" Tương tự, ngài Milarepa lúc đầu do mất hết tài sản về tay người chú mà sinh tâm sân hận. Ngài học huyền thuật để trả thù. Rốt cuộc, nhờ kẻ thù mà ngài quyết chí tu và trở thành bậc Đạo sư chứng ngộ, truyền trao giáo lý cho học trò của Ngài.

Hỏi: *Cần hiểu và ứng dụng chủ trương không bè phái trong Kim Cang thừa như thế nào để có thể tu tập cho đúng đắn?*

Đáp: Để có thể tu tập tinh thần bình đẳng, không phân biệt đối xử, theo cách nhìn của Kim Cang thừa, ta cần hiểu rằng trong vũ trụ này mọi chúng sinh đều thuần tịnh từ nguyên thủy. Nếu ta nghĩ chỉ có mình và phe phái mình là tốt đẹp, thuần tịnh còn những chúng sinh khác là bất tịnh thì ta không thể tu tập Kim Cang thừa được.

Mọi chúng sinh đều có tánh Phật và thân xác đều do 5 nguyên tố (*ngũ đại*) hợp thành: đất, nước, lửa, gió, không (*địa, thủy, hỏa, phong, không*). Xét về bản chất, năm nguyên tố đó có chân tánh của năm vị Phật mẫu. Phiền não hay năm loại xúc tình tiêu cực (*tham, sân, si, mạn, đố*) về bản chất chính là 5 loại trí tuệ khác nhau hóa hiện mà thành. Đó cũng là bản chất của toàn thể vũ trụ. Hiểu theo cách đó thì mỗi con người là một tiểu vũ trụ bao gồm toàn bộ vũ trụ và tất cả chúng sinh hữu tình. Nếu ta không hiểu rằng bản tánh chân tâm của một con người là thuần tịnh thì không thể trở thành hành giả Mật thừa được.

Thấy được rằng vạn pháp đều là hình tướng hóa hiện (hiển tướng) của Bổn tôn tức là đạt đến giai đoạn viên mãn của Kim Cương thừa. Đức Milarepa có ba điều tuyên thuyết:

- Tôi không nhìn thấy các hiện tượng khác nhau trong cõi Ta-bà mà chỉ nhìn thấy thực tánh của các hiện tượng. (Điều này chứng tỏ ngài Milarepa đã trực chứng rằng tất cả các hiện tượng chỉ là huyễn ảo và tự chúng không thể hiện hữu được).
- Tôi không nhìn thấy tâm thức nhiễm ô của cõi Ta-bà mà chỉ nhìn thấy trí tuệ. (Điều này có nghĩa là nếu ta nhìn vào chân tâm và nhận ra được bản tánh của mình thì ta sẽ thấy được trí tuệ và đó chính là tánh Phật).
- Tôi không nhìn thấy chúng sinh mà chỉ thấy những vị Phật. (Đây chính là điểm chính yếu. Các chúng sinh đều có tánh Phật, đức Phật đã dạy như vậy. Nhiễm ô chỉ là tạm thời và khi tịnh hóa tâm ô nhiễm thì chúng sinh đều sẽ thành Phật.)

Vì bản tính của chúng sinh là thuần tịnh, không sót một ai, nên ta cần phát khởi tâm từ bi đối với tất cả chúng sinh. Ba điều ngài Milearepa tuyên thuyết không khác gì các vị Phật khác đã tuyên thuyết, rằng tất cả chúng sinh đều là các vị Phật đang thành.

Hỏi: *Trong câu 3 và câu 5 của Ba mươi bảy pháp hành Bồ Tát đạo có câu "Nên tránh xa các đối tượng xấu để tránh tam độc gia tăng", nhưng thiết nghĩ với tâm Bồ-đề nếu ta tránh xa họ thì ta sẽ không thể giúp họ thay đổi những tính xấu đó. Đặc biệt nếu họ là người thân, bạn bè thì ta cần làm như thế nào cho đúng?*

Đáp: Các hành giả bắt đầu tu với các căn cơ khác nhau. Nếu là hành giả sơ cơ, ta sẽ dễ dàng bị ảnh hưởng bởi bạn xấu và đó là lý do ta cần phải tránh ảnh hưởng của họ đối với tâm ý ta.

Nhưng nếu đó là cha mẹ, người thân, bạn bè của ta thì không nên vì lý do đó mà từ bỏ họ. Trong *Ba mươi bảy pháp hành Bồ Tát đạo*, các đoạn sau có chỉ dạy cách thức để thực hành hạnh nhẫn nhục.

Nếu một người bạn xấu nói với ta rằng anh ta không tin vào nhân quả và câu nói của anh ta tạo cho ta tâm nghi ngờ thì ta phải hiểu xa lìa bạn xấu ở đây có nghĩa là xa lìa tâm xấu ác, đừng để tâm của mình bị người khác ảnh hưởng. Điều này vô cùng quan trọng. Xa lìa ở đây không phải là xa lánh, cô lập họ mà là xa lìa tâm thức tiêu cực nảy sinh dưới tác động tệ hại của người xấu ác, tà kiến. Xa lìa là xa lìa về tâm chứ không phải về thân xác vật lý.

Hỏi: *Xin ngài hãy giảng cho chúng con biết nghĩa của câu "Hãy từ bỏ xứ sở chánh quán" thuộc câu kệ thứ 2 trong Ba mươi bảy pháp hành Bồ Tát đạo là gì?*

Đáp: Thực ra đó chỉ là ý thứ nhì thuộc câu kệ thứ 2 thôi. Như chúng ta biết, ngài Milarepa đã từ bỏ quê hương hiến dâng cuộc đời cho việc hành trì Phật pháp và thành tựu trong một đời. Còn trong trường hợp của các con, câu kệ trên chỉ có nghĩa là ta phải từ bỏ tất cả những tư tưởng tham luyến, sân hận, đố kỵ mà tu tập tâm Bồ-đề để biết yêu thương cha mẹ anh em và cả những người oán ghét ta, gây chướng ngại cho ta hoặc người mà ta không ưa thích. Nếu chúng ta rời bỏ xứ sở quê hương mà không rời bỏ tâm ô nhiễm thì không được lợi lạc nào cả.

Tại sao lại có người oán ghét ta và thường xuyên gây chướng ngại cho ta? Đó là vì trong tiền kiếp người ấy đã từng là cha mẹ, anh em, bạn bè thân thiết của ta và họ đã đối xử tốt với ta nhưng ta đối xử không tốt với họ. Chính vì cái nhân ấy mà ta nhận quả báo ngày hôm nay.

Ví dụ như khi cho người nào đó mượn một triệu đô-la nhưng sau đó không trả cho ta, ta lập tức nổi giận và kiện họ ra tòa. Việc này dưới con mắt của đạo pháp là gì? Việc bị quỵt tiền chính là nghiệp báo của ta. Khi ta kiện họ ra tòa thì đòi được hay không đòi được cũng là do nghiệp báo chứ không do ở ta. Thế nhưng vấn đề là ở chỗ: tâm sân hận nổi lên vì chuyện này sẽ có thể đưa ta xuống thẳng địa ngục.

Hỏi: *Xin Thầy giảng cho chúng con nghe về nghi thức làm lễ phóng sinh và ý nghĩa của phóng sinh.*

Đáp: Loài vật cũng trải nghiệm khổ đau. Đôi khi do si mê mà chúng không cảm nhận được điều này nhưng chúng vẫn trải nghiệm khổ đau. Vì vậy, khi thực hiện nghi lễ phóng sinh, hãy nghĩ về những người ta yêu quý nhất như cha mẹ, bạn bè. Quán tưởng rằng những người thân yêu của ta chính là những con vật đó và họ đang rất đau khổ. Khi đó ta sẽ cảm thấy khổ sở vô cùng và muốn giải thoát cho họ. Khi tâm ta phát khởi tình thương yêu đối với các con vật đó thì chúng sẽ cảm nhận được tình thương yêu và hạnh phúc. Nếu các con vật đó mang nghiệp nặng phải đọa địa ngục thì khi ta thực hành pháp tu phóng sinh, chúng có thể được cứu thoát khỏi nghiệp ác đó và lợi lạc đem lại thật lớn lao.

Về bản chất, tâm của ta và chúng sinh khác là một và không có sự ngăn cách thực sự nào giữa ta và người. Nếu tâm ta phát khởi tình thương yêu đối với ai thì tâm từ bi của ta sẽ bao trùm tới tâm của chúng sinh đó. Nếu ta có tình thương yêu thì tâm của chúng sinh mà ta yêu thương sẽ tràn đầy tình yêu của ta. Tâm và tâm luôn nối kết. Khi thực hành pháp tu này nên thỉnh cầu đức Quán Thế Âm hoặc đức Tara; tức là trì chú và tụng lời cầu nguyện cho những con vật được phóng sinh được tái sinh vào cõi cao hơn. Chúng ta có thể dùng thuốc Pháp cho các con vật được phóng sinh và chúng sẽ không bị đọa lạc. Nếu các con đưa tấm thẻ có in câu chân ngôn trong kinh Đại Vũ do đức Phật tuyên thuyết[8] này cho chúng thấy hoặc cho chúng đi qua phía dưới thì nghiệp của chúng sẽ được tịnh hóa như đã giải thích ở trên tấm thẻ này.

Hỏi: *Thưa ngài, mua các con vật từ những người chuyên bắt thú vật để bán cho những người phóng sinh. Khi chúng ta phóng sinh như vậy thì có đúng với ý nghĩa của việc phóng sinh không?*

Đáp: Điều đó phụ thuộc vào hoàn cảnh cụ thể. Nếu người bán hàng đã có thói quen như vậy thì không dễ gì thay đổi. Nếu mua con vật

[8] Là tấm thẻ do Garchen Rinpoche vừa ban tặng cho Phật tử.

họ bắt thì việc đó khiến họ tìm cách bắt nhiều con vật hơn để bán. Kết quả là việc phóng sinh như vậy vừa có lợi vừa có hại. Nhưng cái lợi vẫn nhiều hơn, vì vẫn có những con vật được phóng sinh và thấy hạnh phúc nhờ việc làm của con. Nếu như có được một luật định cấm săn bắt con vật hoặc tất cả mọi người đều đồng lòng không mua con vật bị bắt thì như vậy sẽ lợi lạc hơn nhiều.

Tuy nhiên, vì điều này không thực hiện được, nên phóng sinh vẫn là việc nên làm, vì khi ta phóng sinh thì con vật sẽ có được cảm giác hạnh phúc. Nếu con vật chỉ có được 5 phút trong cuộc đời nó được hạnh phúc thì con cũng đã làm lợi lạc cho nó rất nhiều rồi. Mặc dù người bán hàng vẫn tiếp tục bắt những con vật khác, nhưng con vẫn giúp được những con vật bất hạnh và đó là điều có lợi cho chúng.

Hỏi: *Cùng một lúc con có 3 sự lựa chọn để làm việc thiện: (1) đi mua chim hay cá để phóng sinh, (2) đi thăm và trợ giúp người ốm nặng, (3) quyên góp để ấn tống kinh sách. Con không biết nên lựa chọn như thế nào, xin ngài cho con biết tiêu chí nào để giúp con trong việc lựa chọn.*

Đáp: Trong ba sự lựa chọn như trên thì việc ấn tống, mua và bán kinh sách lợi lạc nhiều hơn. Tiếp theo là việc giúp đỡ người bệnh; đặc biệt nếu con có thể giúp người đó khỏi bệnh, bởi vì thân người là quí báu và làm như vậy là con đã giúp họ tiếp tục sử dụng thân người để hành trì, tu tập.

Về việc bán pháp khí và kinh sách, *con phải bán chứ không nên phân phát một cách quá dễ dãi.* Không nên bán với giá quá cao mà chỉ cần đảm bảo một khoản thu nhập rất khiêm tốn và việc này sẽ giúp mọi người tích lũy công đức. Nếu con mua kinh sách thì việc đó cũng [có công đức] như cúng dường Mạn-đà-la - đó là một hành động bố thí rất có ý nghĩa. Bất cứ ai mua pháp khí hoặc kinh sách đều tích lũy nhiều công đức.

Hỏi: *Khi ngồi thiền con bị [sinh linh] vô hình quấy phá. Xin ngài chỉ cho con cách giữ mình cho được an lạc và an toàn.*

Đáp: Con không được dính mắc vào ý nghĩ rằng thật có "tự ngã" tồn tại. Đó chỉ là do tâm con tạo nên trong khi con ngồi thiền mà thôi. Con phải tự rèn luyện tâm mình hằng ngày rằng bất cứ cái gì ta cảm thấy, nhận thấy thì thực chất đều là hư huyễn, chỉ như một giấc mơ. Trên thực tế không có gì thực sự hiện hữu. Như vậy, điều quan trọng là con không nên tin rằng điều đó là có thật mà phải nghĩ rằng đó chỉ là trò huyễn hóa của tâm.

Hỏi: *Thiền định là một trong những phương pháp rất tốt giúp cho con người chuyển tâm hay có được những chứng ngộ về hạnh phúc viên mãn. Có những phương pháp thiền định nào mà cư sĩ nên áp dụng trong cuộc sống? Đặc biệt đối với những người chưa làm quen với thiền, như đối với những người già, làm thế nào để biết được mình thiền đã đúng cách hay chưa?*

Đáp: Con phải huân tập trưởng dưỡng tình thương yêu và tâm từ bi. Trước hết con phải quán chiếu đau khổ của hết thảy hữu tình và qua đó tăng trưởng tình thương yêu trước hết là với cha mẹ, thầy cô, với tất cả các bậc thầy, đặc biệt là với các vị đạo sư và cả tình yêu đối với tổ quốc. Khi nghĩ về đau khổ của hữu tình thì hãy quán chiếu rằng trên thực tế tất cả chúng sinh hữu tình đều đã từng là cha mẹ của con trong các kiếp trước và họ đang phải chịu khổ đau mà gốc rễ là tâm chấp ngã. Nhờ đó, con trưởng dưỡng tâm từ bi đối với họ và cầu nguyện rằng họ sẽ đoạn diệt được tâm chấp ngã. Nếu con là nam, con có thể tu pháp Quán Thế Âm, quán tưởng và tụng chú của ngài. Nếu con là nữ, con có thể tu pháp Tara, quán tưởng và tụng chú của ngài. Khi con làm như vậy, con sẽ tịnh hóa được tất cả mê mờ và che chướng của hết thảy chúng sinh hữu tình.

Tóm lại, con phải phát khởi tình thương yêu, tâm từ bi; sau đó, với tâm từ bi hãy nghĩ về Bổn tôn và tụng chú của ngài. Điều quan trọng cần nhớ là những hoạt động của *thân* và *khẩu* chỉ là thứ yếu, *tâm* mới là yếu tố quan trọng nhất. Nếu ta không huân tập tâm của mình thì sẽ gặp phải gặp nhiều đau khổ và chướng duyên. Như vậy, chúng ta phải huân tập tâm mình thì thiền mới có kết quả. Điều đó có nghĩa là tâm phải tự quan sát lấy mình. Con phải tỉnh giác, nhận biết rõ ràng cái gì đang diễn ra trong tâm.

Con phải nhận ra được những xúc tình tiêu cực, những vọng tưởng nổi lên trong tâm. Và nhờ việc (1) nhận biết vọng niệm và duy trì chánh niệm, không để cho vọng tưởng lôi đi, con có thể đoạn diệt xúc tình tiêu cực. Hoặc con có thể trưởng dưỡng (2) tâm từ bi và nhờ đó mà ngũ độc (*tham, sân, si, mạn, đố*) được tịnh hóa. Hoặc con có thể (3) trì minh chú và quán tưởng Bổn tôn để đoạn diệt phiền não. Đó là những phương pháp nhằm tịnh hóa tâm. Thân và khẩu đóng vai trò thứ yếu, nên để đạt tới giác ngộ viên mãn ta cần phải tịnh hóa tâm. Ta cần phải đoạn diệt được chấp ngã. Phương pháp tốt nhất để diệt tâm chấp ngã là phát triển tình thương yêu và tâm từ bi. Không có gì mang lại lợi lạc lớn lao hơn điều này.

Hỏi: *Xin thầy cho chúng con biết ý nghĩa của việc xoay kinh luân của thầy.*

Đáp: Việc xoay kinh luân chính là hoạt động có ý nghĩa tích tập công đức cả về thân, khẩu và ý. Bất cứ ai nhìn thấy kinh luân này đều sẽ không bị đọa vào các cõi thấp. Khi chúng ta lìa đời, nếu có kinh luân này bên cạnh thì chúng ta sẽ không bị lang thang trong cõi luân hồi. Bản thân thầy luôn xoay kinh luân trên tay bởi thầy nghĩ đây là công phu tu tập rất tốt cho thân, khẩu, ý của thầy.

Về tâm, muốn xoay được kinh luân tâm ta luôn cần giữ được tỉnh thức và chánh niệm. Thân tích lũy công đức vô lượng nhờ phát triển hạnh kham nhẫn do việc khắc phục khó khăn của việc xoay kinh luân. Về khẩu, hành động này khiến từng câu minh chú của đức Quán Thế Âm phóng tỏa ra xung quanh để cúng dường lên chư Phật và thanh tịnh nghiệp chướng của tất cả chúng sinh. Mỗi vòng xoay như vậy giúp từng chủng tự của minh chú hóa hiện ra trong hình tướng của đức Quán Thế Âm, tỏa ánh sáng và đem lợi lạc đến cho tất cả chúng sinh.

Hỏi: *Con đã quy y theo một dòng truyền thừa, vậy con có được phép thọ nhận các pháp của dòng truyền thừa khác không, và nếu được thì con có phải xin phép đạo sư của con để được thọ nhận không?*

Đáp: Các con có thể thọ nhận giáo lý, khẩu truyền... của bất cứ vị thầy nào, vì Pháp nói chung chỉ là một. Không có gì sai cả. Tuy nhiên, cần phải ghi nhớ rằng dù thọ nhận pháp hay giáo lý của những vị thầy khác thì ta vẫn phải hành trì liên tục pháp môn mà Bổn sư đã truyền dạy cho mình.

GIA ĐÌNH - NGƯỜI THÂN

"Hãy từ bỏ bám chấp bất kỳ thứ gì con tham luyến nhất trong cuộc đời này ..."

Hỏi: *Hai vợ chồng con xung khắc, nay chỉ sống vì con cái. Có nên chia tay không hay coi đây là nghiệp?*

Đáp: Nếu cả hai đều muốn chia tay thì có lẽ chia tay là tốt nhất cho họ. Còn nếu một trong hai người hoặc cả hai đều không muốn chia tay thì nên coi đây là cơ hội để tu hạnh kham nhẫn. Hãy giúp đỡ người kia và xem người kia là thầy của mình trong việc tu trì. Nên tu *Ba mươi bảy pháp hành Bồ Tát đạo*, nhất là phần về hạnh kham nhẫn. Hãy xem người kia là vị thầy dạy mình hạnh kham nhẫn.

Hỏi: Con là Phật tử nhưng người thân chưa tin vào Phật pháp. Con phải làm gì để gia đình con nương vào Tam bảo?

Đáp: Điều đầu tiên là ta phải phát khởi tâm từ bi yêu thương đối với người thân của mình, vì họ còn vô minh, không hiểu được nhân quả nên sẽ phải chịu đau khổ trong tương lai.

Bên cạnh việc phát tâm từ bi, ta nên tụng chú Tara hoặc chú của đức Quán Thế Âm thì dần dần người thân của ta sẽ chuyển hóa một cách rất tự nhiên. Quan trọng là ta không được phát khởi tâm giận dữ đối với họ.

Hỏi : *Gia đình con có những người thân rất tin tưởng và quy y vào thần thánh ngoài Phật giáo, vậy làm thế nào để có thể giải thích cho họ quy y vào Phật pháp.*

Đáp: Khi trong gia đình có những người tin theo thần thánh khác ngoài đạo Phật thì điều đầu tiên là ta nên tu tập kín đáo, nếu việc tu tập của ta có thể làm những người thân trong gia đình giận dữ. Thứ hai, ta cần có tâm từ bi đối với họ. Người ta chưa hiểu về đạo Phật và dính mắc ngoại đạo là do những duyên nghiệp riêng của họ. Vì thế, việc đầu tiên là mình không nên thúc bách họ – nếu làm như vậy sẽ khiến cho họ sân hận. Ta có thể tụng chú Quán Thế Âm hoặc chú Tara rồi hồi hướng cho họ. Điều quan trọng là phải thương yêu họ, vì khi tâm từ bi phát khởi nơi ta thì nó sẽ lan tỏa đến họ và có công năng chuyển hóa.

Khi chúng ta đến với bất kì tôn giáo nào, đó không chỉ do chúng ta muốn, mà còn là do trong quá khứ ta đã có những liên kết về nghiệp. Chúng ta đến với đạo Phật vì trong quá khứ đã gieo những duyên lành liên kết với đạo Phật.

Còn những người đã có liên kết nghiệp với các tôn giáo khác thì trong kiếp này cái nhân đã gieo trổ thành quả, cho nên họ theo những tôn giáo đó.

Thế nhưng nếu kiếp này chúng ta hồi hướng, cầu nguyện, sống từ bi với họ thì tất cả những việc tốt của ta sẽ trổ quả trong kiếp sau. Nhờ những nhân duyên ấy, họ sẽ dần dần chuyển sang tu Phật. Nhưng phải có thời gian và theo luật nhân quả chứ không thể nào ép buộc được.

Khi người ta đến với một tôn giáo nào đó thì là do duyên nghiệp. Ví dụ như Hindu giáo có nhiều tương đồng với đạo Phật. Tuy nhiên, Hindu giáo cũng có nhiều điểm khác biệt. Người theo Hindu giáo tin những vị thần, vị thánh thế gian, vì họ có những duyên nghiệp với các vị đó. Sự thay đổi của họ cũng cần có thời gian. Tâm linh, tôn giáo là một quá trình tiến hóa qua rất nhiều kiếp.

Hỏi: *Chúng con nghe rằng việc cúng gia tiên có thể làm tăng thêm sự dính mắc của họ đối với ta, nhưng theo văn hóa và truyền thống tâm linh của Việt Nam thì người ta phải cúng gia tiên vào các ngày tết nhất, kỵ giỗ... Vậy xin ngài cho con lời khuyên nên làm thế nào để không sai trái với truyền thống mà vẫn làm lợi lạc được cho tổ tiên.*

Đáp: Thực sự truyền thống thờ cúng tổ tiên không có gì là sai trái cả và không đi ngược lại những điều mà Phật đã giảng dạy, nếu các con xem họ như những vị hộ pháp hoặc những người có thể bảo vệ che chở cho mình tương tự như Tam căn trong Phật giáo Tây tạng: Bổn sư, Bổn tôn và các Daka, Dakini. Quan trọng là các con không được quy y với họ, không xem họ như là nơi nương tựa tối thượng của mình, vì họ vẫn còn là những chúng sinh trong cõi luân hồi.

Nhân câu hỏi này, thầy muốn kể thêm một câu chuyện nói về tâm thành kính khi cúng dường. Đó là câu chuyện về đức Milarepa. Có một lần khi ngài đang ẩn tu trên ngọn núi cao, một cơn bão tuyết rất lớn khiến tất cả các con đường đều tắc nghẽn trong sáu tháng. Các đệ tử của ngài không thể nào mang đồ ăn, thức uống cho ngài được. Các đệ tử rất lo lắng và nghĩ rằng ngài sẽ chết vì không thể nào sống trong hoàn cảnh không thức ăn, không nước uống như vậy trong sáu tháng được. Suốt thời gian đó, hàng tuần các đệ tử của ngài đều cúng dường thực phẩm cho ngài trong tâm thức. Sau sáu tháng, họ tìm thấy ngài vẫn còn sống trong động. Các đệ tử hỏi ngài và được biết có lúc các vị Daka, Dakini mang thức ăn tới cho ngài, lại có những lúc ngài không biết tại sao ngài cảm thấy no mặc dù không hề có gì để ăn. Các đệ tử hỏi ngài xem thời gian đó xảy ra vào lúc nào. Khi được trả lời thì họ thấy trùng hợp với những ngày họ cúng dường thực phẩm tới ngài. Do tâm thức của đức Milarepa và các đệ tử đã được kết nối bằng tình yêu thương mà ngài đã nhận được tất cả những phẩm vật cúng dường.

Thế nên Thầy muốn dạy các con một điều: tình yêu thương đối với tất cả chúng sinh là vô cùng quan trọng và vô cùng hữu hiệu.

Nếu chúng ta cúng dường hoặc hồi hướng công đức bằng tình yêu thương chân thật một cách vô điều kiện, không nghĩ đến bản thân mình thì sẽ kết nối được với tâm của tất cả chúng sinh. Họ sẽ nhận được nhiều lợi lạc, cũng như phá được tâm chấp ngã để sinh vào những cõi cao hơn và sau đó là đạt đến giác ngộ giải thoát. Tình yêu thương giống như một thứ mà các nhà khoa học nói đến như là một chất hóa học đặc biệt trong bộ não của chúng ta (endorphin), được sản sinh khi chúng ta vui vẻ, hạnh phúc và Thầy cho rằng đó chính là tình yêu thương, là tâm Bồ-đề mà chư Phật đã dạy cho chúng ta. Và khoa học cũng đồng ý như vậy.

Hỏi: *Con có thể để ảnh tượng Phật trên bàn thờ gia tiên không, hay nên lập một bàn thờ Phật riêng?*

Đáp: Con có thể để ảnh tượng Phật trên

cùng một bàn thờ gia tiên, nhưng tất cả phải đặt thấp hơn tượng Phật. Tầng cao nhất là tượng Phật, thấp hơn là chư Đạo sư và dưới đó là Bổn tôn (Yidam), dưới nữa là hộ pháp hoặc gia tiên có thể đặt cùng nhau.

Điều quan trọng nhất là khi chúng ta hành trì và hồi hướng cho tổ tiên với tình yêu thương vĩ đại thì họ sẽ nhận được lợi lạc lớn lao. Không có gì sai khi chúng ta để hình tổ tiên chung trên bàn thờ Phật, vì với tri kiến thanh tịnh họ cũng đầy đủ tánh Phật ở bên trong.

NHÂN QUẢ

"Đừng xem thường ác hạnh dù nhỏ bé."

Kinh Hiền Ngu

Hỏi: *Việc giết chúng sinh khác, như giết kẻ khủng bố chẳng hạn, thì nghiệp ấy có nặng không và sám hối cách nào là đúng nhất?*

Đáp: Đối với những kẻ khủng bố sát hại nhiều người thì tốt hơn hết là giết người đó đi để người ấy không còn giết hại những người khác. Thứ nhất, làm như vậy sẽ cứu được nhiều người khỏi bị người ấy tấn công. Hơn nữa, nếu để người ấy tiếp tục giết người thì sẽ tích tập nhiều ác nghiệp cho chính bản thân họ – như vậy còn có hại cho họ hơn nữa. Nếu giết người ấy thì có thể làm lợi cho họ nhiều hơn là để họ sống và tiếp tục giết nhiều người, tạo ác nghiệp.

Và quan trọng nhất là động cơ của việc giết kẻ sát nhân đó. Nếu động cơ là để bảo vệ những người khác và chính kẻ sát nhân ấy thì nên làm. Còn nếu giết người ấy chỉ vì sân hận, vì lợi ích cá nhân thì sẽ bị đọa địa ngục.

Hỏi: *Khi con tụng chú [Kim cương hàn tam thế] thì vợ con cho rằng việc đó làm vợ con trở nên ốm yếu. Đây chỉ là khúc mắc hoài nghi trong gia đình, xin ngài giải thích cho con.*

Đáp: May mắn là việc con tụng chú đó hay bất cứ chú gì khác đều không liên quan đến tất cả những gì [xấu] xảy ra trong cuộc đời này, kể cả bệnh tật của vợ con. Đức Phật đã dạy, muốn biết kiếp trước của ta thế nào thì hãy nhìn vào kiếp hiện tại và muốn biết kiếp sau của mình thế nào thì phải dựa vào những nghiệp mình tạo trong kiếp hiện tại này. Mọi chuyện xảy ra trong cuộc đời này đều do những nhân đã gieo từ trong quá khứ. Nếu ta phải chịu khổ đau trong kiếp này thì càng nên phát tâm tu tập và nỗ lực trì tụng nhiều hơn nữa để chuyển hóa các nghiệp xấu ác mà ta đã tạo trong quá khứ.

Hành giả tu tập Kim Cương thừa thường trì chú. Khi trì chú thì điều quan trọng là phát tâm từ bi vì lợi lạc chúng sinh. Vì vậy, khi tụng chú hãy quán tưởng mình và tất cả mọi chúng sinh hữu tình là vị Hộ Phật như Quán Thế Âm hoặc Tara.

Hỏi: *Xin ngài khẩu truyền (lung) cho chúng con câu minh chú trong tấm thẻ về "giải thoát qua sự nhìn ngắm" mà sáng nay ngài đã ban cho chúng con.*

Đáp: Theo truyền thống Phật Giáo, đây là phương pháp *đạt được giải thoát qua sự nhìn ngắm* nên không cần trì tụng mà chỉ nhìn thấy là đủ. Cũng không cần khẩu truyền (*lung*) minh chú này. Hơn nữa, câu minh chú thuộc truyền thống Hiển giáo nên không thực hiện khẩu truyền (lung).

Các con nên in các tấm thẻ [hoặc làm các tấm huy hiệu] có minh chú này của đức Phật [trong Kinh Đại Vũ] và phổ biến cho mọi người, việc này cũng lợi lạc như việc cúng dường Mạn-đà-la. Các con có thể làm ra nhiều tấm thẻ như vậy và có thể bán các tấm đó cho mọi người dùng. Không có gì sai trái trong việc bán các tấm thẻ đó; trái lại còn có thể tích tập được nhiều công đức nhờ việc đưa chúng tới tay mọi người. Xưa nay, ngoài ta ra chưa có ai làm các tấm đó và phát cho mọi người. Nếu các con làm được thì đó là điều rất tốt.

Hỏi: *Xin thầy hãy giải thích thêm về sự giải thoát trong Mật tông, chẳng hạn như giải thoát qua sự nhìn ngắm, giải thoát qua sự lắng nghe. Sau khi đã gặp được một trong những sự giải thoát trên thì có khả năng chúng ta còn tiếp tục bị đọa xuống cõi thấp không?*

Đáp: Chúng sinh nào nhìn thấy những tấm thẻ có câu minh chú trong kinh Đại Vũ này là cũng đã từng tích lũy công đức trong nhiều kiếp chứ không phải chỉ mới đây.

Chư Phật có rất nhiều cách để cứu giúp chúng sinh, đặc biệt là những chúng sinh không có được thân người, không có được cơ hội thực hành Giáo pháp, như loài vật chẳng hạn. Ví dụ, những loài vật nhìn thấy câu chú trên tấm thẻ này có thể sẽ được sinh về cõi trời. Rồi sau đó dần dần ác nghiệp giảm bớt thì họ sẽ sinh về cõi người và có thể gặp Phật pháp nhờ chính nhân duyên hy hữu này. Khi được nhìn thấy minh chú này thì kiếp sau sẽ không bị đọa cõi thấp. Tuy nhiên, dù có lên được cõi cao thì vẫn không có nghĩa là họ sẽ thoát khổ, vì mỗi cõi của luân hồi đều có những khổ đau riêng. Cõi thấp hay cõi cao thì chúng ta cũng đều bị đau khổ cả, vì ta đã tạo ra rất nhiều ác nghiệp.

Có người nói rằng sau khi được nhìn câu minh chú đó họ không thấy có thay đổi hay lợi lạc gì cả, như vậy nghĩa là sao. Thật ra, có sự thay đổi nhưng nó ngấm ngầm; họ không thấy được bởi nghiệp của họ quá sâu dày. Họ không nhìn thấy được bằng mắt phàm, họ không nhìn thấy được những sự thay đổi bên dưới bề mặt. Giống như ngọn núi phủ đầy tuyết trắng. Mặt trời chiếu ánh nắng vào những lớp tuyết và tuyết có tan chảy đi từng chút, từng chút một. Nhưng vì núi tuyết quá dày nên ta không nhìn thấy sự tan chảy của những lớp tuyết bên dưới.

Những người nhẹ nghiệp chỉ có một lớp tuyết mỏng thôi chứ không phải cả núi tuyết lớn. Vì vậy họ có thể thấy rõ sự biến đổi như những lớp tuyết mỏng tan đi. Đối với những người đó thì sự chuyển hóa dễ nhận thấy hơn nhiều. Tâm họ trong sáng hơn, trí tuệ bừng sáng, tình thương yêu trở nên rộng lớn, mạnh mẽ hơn. Đó là những dấu hiệu cho thấy họ tịnh hóa được nghiệp nhờ những phương tiện mà chư Phật đã ban cho. Nhưng không phải tất cả chúng sinh đều giống nhau. Đa phần chúng sinh là những núi tuyết khổng lồ, nên ta không nhìn thấy sự thay đổi, sự chuyển hóa. Nhưng thật ra thì có thay đổi, tuy rất nhỏ và chậm.

Có nhiều loại chướng ngại, nhưng chướng ngại tệ hại nhất vẫn luôn là tâm chấp ngã. Chấp ngã càng nhiều, tâm vị kỷ càng lớn thì chướng ngại càng nặng. Tất cả mọi phiền não, mọi đau khổ, mê mờ đều từ đó mà ra. Tâm từ bi, tình thương yêu của chư Phật dành cho chúng ta quả là mênh mông không bờ bến nên các Ngài muốn giúp cho chúng ta có nhiều phương tiện để hóa giải tâm chấp ngã đó. Bởi vậy mà ta nương vào tình thương yêu của chư Phật và phương tiện cứu độ của các Ngài. Nhưng tựu trung thì phương tiện hiệu quả nhất mà chúng ta có thể áp dụng vẫn là phát triển tình yêu thương đối với tất cả chúng sinh. Đó là pháp đối trị quan trọng nhất đối với tâm chấp ngã

Hỏi: *Đất và nhà nơi con đang ở có nhiều hiện tượng xấu làm ảnh hưởng đến sức khỏe và quá trình tu tập của bản thân con, con nên làm gì để hóa giải?*

Đáp: Con có cảm nhận về [sự có mặt của] những chúng sinh vô hình đang ở trong nhà mình nhưng thực sự ra chẳng có gì ở trong nhà con cả. Trong chúng ta, có người đã phải trải qua những thiên tai như động đất, lũ lụt... những hiện tượng đó xuất phát từ tâm ô nhiễm của chúng ta, từ những nghiệp xấu mà ta đã tích tập từ quá khứ đến giờ. Nghiệp luôn theo đuổi chúng ta và có thể xảy ra ở bất cứ nơi nào.

Nếu chúng ta suy nghĩ về nghiệp theo một chiều hướng tiêu cực thì cách nghĩ đó chỉ mang lại thêm nhiều chướng ngại. Thay vào đó, ta nên hiểu rằng đó là nghiệp của mình rồi trì tụng thần chú của đức Tara hoặc đức Chenrezig thì những chướng ngại đó sẽ biến mất. Những gì ta trải nghiệm trong cuộc đời này thường xuất phát từ nghiệp ta đã tạo trong quá khứ. Ví dụ, trong quá khứ chúng ta đã từng hãm hại một ai đó thì bây giờ chúng sinh đó vì muốn đòi món nợ cũ sẽ gây ra những chướng ngại tương tự cho ta. Cách hay nhất là phát tâm Bồ-đề và khởi lòng từ bi đối với họ.

Nếu hiểu được rằng đây là nghiệp đến từ những hành động của mình trong quá khứ, các con sẽ cẩn trọng hơn trong hành xử và không tạo thêm nhiều những hành động xấu ác trong đời này nữa. Dần dần chướng ngại sẽ không xảy đến nữa và nghiệp ta gây ra sẽ được tịnh hóa. Để rốt ráo thì phải tiêu trừ hết tâm chướng ngại, tâm ô nhiễm trong ta. Khi sự sợ hãi trỗi dậy, con hãy nghĩ tưởng về đức Tara và trì chú của ngài.

Đức Phật đã dạy, không có vong linh nào cả, mà vong linh, ma quỷ thật sự chính là những tạp niệm, là tâm ô nhiễm trong ta. Khi nào đoạn trừ hết tâm ô nhiễm thì lúc đó sẽ không còn vong linh nào nữa. Còn *tham, sân, si, mạn, đố* thì ta luôn còn có cảm giác như có người đang oán ghét, đang theo hãm hại ta.

Hỏi: *Có những tôn giáo tin rằng nếu kiếp này làm người thì kiếp sau cũng vẫn là người chứ không thể bị đọa xuống những cõi thấp hơn. Một người đi theo niềm tin đó và thực hành theo tôn giáo đó thì kiếp sau họ có bị đọa xuống những cõi thấp hơn hay không, dưới cái nhìn của đạo Phật? Nếu có trường hợp như vậy thì tâm thức kiếp sau của họ sẽ như thế nào, vì theo tôn giáo của họ thì họ vẫn là người, nhưng theo đạo Phật thì họ có thể là ngạ quỷ, súc sinh v.v...*

Đáp: Chúng ta làm người trong kiếp này nhưng không có gì bảo đảm là sẽ được làm người trong kiếp sau. Chúng ta có thể tái sinh vào bất kỳ một cõi nào trong sáu cõi luân hồi, tùy theo nghiệp báo. Chúng ta đầu thai vào đâu là do tâm thức của mình. Đức Phật đã dạy 84.000 pháp môn khác nhau vì muốn truyền dạy cho ta những phương pháp đối trị với từng loại tâm ô nhiễm khác nhau. Chúng sinh có rất nhiều hình tướng: từ những con côn trùng bé nhỏ cho tới những con vật to lớn và cũng có cả những chúng sinh được sinh ra mà không có sắc thân, do nghiệp báo của họ.

Điều quan trọng ta cần hiểu là không nên phân biệt tâm ta và tâm chúng sinh. Tâm của chúng ta và tâm của họ là giống nhau, đều có những tâm thức ô nhiễm ảnh hưởng đến sự tái sinh. Do nghiệp báo mà chúng sinh sẽ phải đọa lạc hay đầu thai vào những hoàn cảnh khác nhau. Thật vô cùng hy hữu và quý báu khi được tái sinh vào cõi người. Để được trở lại làm người, trong quá khứ chúng ta đã từng thực hành sáu hạnh Ba-la-mật rất tinh tấn. Nhưng nếu không có tâm từ bi, không có tình yêu thương thì chúng ta cũng không thể trở thành người được.

Cúng tsok - Ngondro

"Lễ lạy bằng tâm quan trọng hơn lễ lạy bằng thân."

Hỏi: *Xin ngài cho biết những phương thức tụng chú và hướng dẫn lễ lạy ngondro?*

Đáp: Chỉ hiểu biết tu ngondro như thế nào thôi thì chưa đủ, mà điều quan trọng hơn là phải suy tư, quán chiếu về điều này liên tục suốt ngày để cuối cùng có thể chuyển hóa, nhập tâm. Buổi sáng sớm khi thức dậy phải nghĩ ngay đến "thân người quý báu khó gặp" như thế nào. Như vậy thì ta mới có động lực mạnh mẽ để không nằm ngủ nướng mà vùng dậy ra khỏi giường. Nếu không hiểu sâu sắc thân người quý báu và khó gặp như thế nào thì ta sẽ cho phép mình ngủ bao nhiêu cũng được. Còn khi đã hiểu sâu sắc điều này thì bạn sẽ không thể phung phí một giây phút nào trong cuộc đời. Vì vậy lúc nào trong tâm cũng phải tự nhắc nhở: phải trân quý thân này.

Tương tự như vậy, phải luôn nhớ rằng quá trình ngủ rất giống với quá trình chết. Cũng một bản chất huyễn mộng. Mỗi giây có vô lượng chúng sinh chết đi, chỉ có điều là các con không biết đó thôi. Con có thể chết bất cứ lúc nào. Khi con chết, con sẽ bị nghiệp lực đã tích lũy lôi kéo. Nếu con không thanh tịnh tâm mình trong kiếp sống này thì con sẽ không thể nào có lại được thân người quý báu ở kiếp sau.

Tóm lại, vào buổi sáng, hãy nghĩ về "thân người quý báu khó được". Suốt ngày, trong mọi hoạt động, hãy quán chiếu về nghiệp do *thân, khẩu, ý* tạo ra. Buổi tối, trước khi rơi vào giấc ngủ hãy nghĩ về vô thường. Con hãy làm như vậy suốt cả ngày, suốt cả đời, chừng nào vẫn còn sống trên cõi đời này.

Lễ lạy bao gồm cả lễ lạy bằng thân và tâm. Mà tâm là quan trọng nhất, nên lễ lạy bằng tâm quan trọng hơn lễ lạy bằng thân. Khi chúng ta lễ lạy bằng tâm thì cần phải nhớ tới sự tôn quý của Tam bảo và phát triển tâm chí thành, chí tín đối với Tam bảo. Đó chính là lễ lạy bằng tâm. Khi lễ lạy, chúng ta phải quán chiếu rằng: Chỉ có một con đường duy nhất giúp chúng ta thoát khỏi luân hồi và đau khổ là nương tựa nơi Tam bảo. Tam bảo là cội nguồn duy nhất để chúng ta quy y.

Phật bảo bên trong chính là chánh niệm. Pháp bảo bên trong chính là tình thương yêu. Nếu chúng ta có hai thứ đó thì chúng ta sẽ được che chở, được hộ trì suốt cuộc đời. Nếu chúng ta thực hành được hai điều đó thì chúng ta sẽ có *sangha* (Tăng) đích thực. [Chữ "sangha" có nghĩa là "tăng", "đạo tràng", "tăng đoàn".] Để có được Tăng đoàn đích thực, chúng ta phải chăm lo cho những người khác và có như thế chúng ta mới xây dựng được cộng đồng của những người tu tập.

Phải hết sức nỗ lực để mang lại lợi lạc cho những người khác. Hãy thương yêu những người khác. Nếu bạn thương yêu người khác, nếu bạn có lòng vị tha, thì thói quen chấp ngã sẽ giảm dần và biến mất. Ví dụ, nếu bạn chăm lo cho cái chân thì cả cơ thể sẽ khỏe mạnh. Thế nhưng, nếu bạn làm tổn thương cái chân thì cả cơ thể đều sẽ bị thương tổn. Phải hiểu rằng mình và người khác là không thể tách rời. Làm hại người khác tức là làm hại chính bản thân mình và cái hại sẽ quay trở lại với chính bản thân ta.

Giúp người khác chính là giúp bản thân mình – đó là vô ngã vị tha. Bạn sẽ hạnh phúc ngay bây giờ và trong tương lai. Đó chính là lý do tại sao các bậc Đạo sư đều dạy rằng không được làm hại người khác và phải làm lợi lạc cho người bằng bất cứ cách nào khi có thể. Nếu chúng ta làm được điều đó tức là chúng ta có Tăng bảo trong tâm.

Khi chúng ta lễ lạy, ta nghĩ tưởng tới sự tôn quý của Tam bảo. Chư Phật có ba thân: Pháp thân, Báo thân và Hóa thân. Pháp thân là tâm của chư Phật và tâm chư Phật là vô biên, bao trùm khắp vũ trụ. Báo thân ví như bầu trời còn Hóa thân thì giống như mây trong hư không. Khi tu pháp Bổn tôn, ta tụng nghi quỹ thì đó là lúc ta tiếp xúc với Báo thân – chính việc tiếp xúc với Báo thân sẽ đem lại vô lượng lợi lạc cho chúng ta.

Khi lễ lạy, hãy nghĩ tưởng tới cây Quy y, quán tưởng cây Quy y. Đôi lúc hãy nghĩ tới tất cả những nhiễm ô của mình và thành tâm sám hối với mong muốn mãnh liệt được tịnh hóa hoàn toàn. Đôi lúc hãy nghĩ tưởng tới công đức của Tam bảo. Và điều quan trọng nhất là hãy nuôi dưỡng tâm chí thành, chí tín với Tam bảo.

Khi lễ lạy hãy quán tưởng rằng hiện đang có sự hiện diện của vô lượng chúng sinh với con số được nhân lên hàng triệu triệu lần. Hãy quán tưởng rằng mình đang lễ lạy cùng với chúng sinh của khắp sáu nẻo luân hồi, vô lượng chúng sinh đang cùng mình lễ lạy.

Việc lễ lạy có những khó khăn, gian khổ về phương diện thân và nhờ đó mà ta có thể tịnh hóa nghiệp về thân. Trong khi lễ lạy, chúng ta tụng lời nguyện quy y bằng miệng và nương vào đó mà tịnh hóa nghiệp khẩu như nói dối, nói lưỡi đôi chiều gây chia rẽ, nói lời hung ác, nói lời vô nghĩa. Khi lễ lạy chúng ta nghĩ tưởng tới công đức của Tam bảo và làm tăng trưởng tâm chí thành, chí tín đối với Tam bảo – đó là lúc chúng ta tịnh hóa những ô nhiễm về tâm là tham, sân và si. Như vậy, chúng ta có thể tịnh hóa tất cả những bất tịnh của thân tâm bằng pháp lễ lạy.

Khi lễ lạy bằng thân, ta phục xuống và nghĩ rằng mình đang xuống sáu cõi để cứu giúp cho chúng sinh ở đó. Khi đứng lên, chúng ta nghĩ rằng mình đang đưa tất cả các chúng sinh tới giải thoát tối hậu; không phải chỉ một mà là hết thảy chúng sinh, không sót một ai. Như vậy, có thể nghĩ tưởng về công đức của Tam bảo vào ngày đầu tiên, ngày hôm sau quán *bốn niệm chuyển tâm* và ngày hôm sau nữa quán tưởng cây Quy y. Cứ như thế mà thay đổi lần lượt.

Lễ lạy là nhằm tăng trưởng lòng tôn kính, đức tin nơi Tam bảo. Còn cúng dường Mạn-đà-la là pháp đối trị với tâm chấp ngã. Khi chúng ta cúng dường maṇḍala, chúng ta cúng dường toàn bộ vũ trụ bên ngoài, tất cả những gì tồn tại nơi đó. Đó là *ngoại cúng dường*.

Ngoài ra, chúng ta phải thực hành cúng dường những gì tâm ta còn dính mắc. Ví như trong nhà ta có một bức tượng nhỏ và ta luôn nghĩ: "Nó là của tôi, của tôi!" Khi đó ta nên cúng dường nó cho Tam bảo cùng với tất cả tài sản của ta, những gì tâm ta còn dính mắc. Đó là *nội cúng dường*. Khi ta nhìn thấy một bông hoa đẹp hay khi ta thấy bất cứ vật gì ta ưa thích thì không nên khởi tâm chiếm hữu: "Nó là của tôi! Của tôi!" Thay vào đó, hãy hướng tâm tới Tam bảo và nghĩ rằng Tam bảo đã ban tặng cho ta điều kỳ diệu đó.

Thứ ba, chúng ta cũng cúng dường tâm chấp ngã và đó là cúng dường ẩn mật.

Hỏi: *Khi chúng ta tụng chú nghi quỹ ngondro hay các nghi quỹ khác thì chúng ta nên tụng tiếng Việt hay tiếng Tạng, hay tụng cả hai thứ tiếng? Ý nghĩa của việc tụng từng mỗi thứ tiếng như thế nào?*

Đáp: Trước hết, phải hiểu ý nghĩa của kinh mình đang tụng. Vì vậy nên tụng nghi quỹ tiếng Việt trước. Chỉ khi nào hiểu được ý nghĩa của kinh và ý nghĩa đó đã dần dần thấm vào trong tâm thì khi đó Pháp mới ăn sâu, bén rễ trong tâm thức. Thế nên việc tụng niệm bằng tiếng mẹ đẻ là rất cần. Còn khi nào tu tập theo nhóm, cùng tụng với nhau thì có thể tụng bằng tiếng Tạng.

Khi chúng ta tu pháp Bổn tôn, chúng ta phải cảm nhận được tình thương yêu của Bổn tôn. Chúng ta phải trưởng dưỡng tình thương yêu đó nơi mình. Và nếu ta có tình thương yêu thì ta có tất cả hạnh phúc trên cõi đời này. Bởi vì nếu ta có tình thương yêu, chúng ta sẽ tự nhiên phát tâm bố thí, sẽ tự nhiên phát tâm trì giới; còn nếu ta không có tình thương yêu thì tự nhiên ta không muốn làm những việc đó.

Kết quả của hạnh trì giới là có được thân người quý báu. Kết quả của hạnh bố thí là được giàu có và hạnh kham nhẫn là được trường thọ, có ngoại hình đẹp, có nhiều bạn bè hòa hợp. Tóm lại, cội rễ của hạnh phúc là tình yêu. Và nếu ta có tình thương yêu thì trí tuệ sẽ bừng sáng.

Vì vậy, khi chúng ta tu pháp Bổn tôn [ví dụ pháp Dzambala] chúng ta cũng không chỉ nghĩ: "Mong sao con được giàu sang." Hoặc như khi tu pháp Phật Dược Sư, chúng ta không chỉ mong cho riêng bản thân mình thoát khỏi bệnh tật.

Hỏi: *Xin thầy cho biết ý nghĩa của việc hồi hướng công đức.*

Đáp: Hồi hướng công đức có nhiều loại và có nhiều tầng mức khác nhau, tùy thuộc vào căn cơ của chúng ta. Hồi hướng công đức cao nhất là khi tâm ta hoàn toàn thanh tịnh và có thể an trụ nơi tự tánh. Tâm thanh tịnh đó không có sự đối đãi nhị nguyên, phân biệt giữa ta và người. Khi đó ta sẽ không phải làm gì cả, vì sự hồi hướng đã liên tục phát ra từ tự tánh, không vướng một vọng niệm nào. Đó là sự hồi hướng hoàn hảo.

Nếu chúng ta không thể làm như vậy là do ta chưa thấy được chân tâm. Do đó, trước hết phải bớt nghĩ đến mình và nghĩ đến các chúng sinh khác. Hãy nguyện rằng: "Nguyện cho công đức này đem lại lợi lạc cho hết thảy chúng hữu tình." Ví như chỉ một câu chú "*Om mani padme hung*" mà ta tụng đọc với ước nguyện vị tha thì cũng có sức mạnh rất to lớn. Còn nếu ta tụng câu chú đó bằng tâm ô nhiễm, vị kỷ thì như vậy sẽ rất ít lợi lạc, ít sức mạnh. Điều quan trọng là ta làm việc đó với cái tâm như thế nào.

Thứ hai, khi ta hồi hướng thì công đức của ta sẽ không bao giờ bị tiêu tan. Nó sẽ tăng trưởng cho tới khi ta đạt vô thượng Bồ-đề. Nếu việc thiện ta làm không được hồi hướng thì công đức sẽ mất đi nhanh chóng khi sân hận nổi lên. Có câu nói: "Cơn giận nổi lên trong khoảnh khắc đủ hủy hoại hết công đức tích tụ qua hàng ngàn a-tăng-kỳ kiếp, nếu không hồi hướng." Thế nhưng, nếu hồi hướng thì công đức sẽ không mất mà được nhân lên mãi, được giữ lại mãi cho đến khi ta đạt được giác ngộ viên mãn.

Ta không thể thay đổi được nghiệp đã gieo. Nhưng nếu trưởng dưỡng tâm Bồ-đề thì ta có thể tạo được chút ít biến chuyển nào đó. Lý do là vì nghiệp sống trong ngôi nhà của nó là *ngã chấp*. Thói vị kỷ là nơi cư trú của nghiệp. Nếu không có ngã chấp, vị kỷ thì không có thất tình lục dục khởi lên từ *tham, sân, si*. Nếu ta không ích kỷ, chỉ nghĩ lợi ích cho riêng mình; mà biết nghĩ tới người khác thì ta có thể tịnh hóa được nghiệp đôi chút.

Tuy nhiên, vì ta đã tích lũy nghiệp từ trong quá khứ nên không thể thay đổi được gì nhiều. Các nhà chiêm tinh học hay nhấn mạnh tới việc có thể tạo dựng hạnh phúc trong kiếp sống hiện tại nhưng họ không hiểu rằng nhân của khổ đau tới từ kiếp trước. Ta không tin vào họ được. Chỉ có một hy vọng cho sự thay đổi là nếu kiếp trước ta làm việc ác nhưng đã có quy y và sám hối thì trong kiếp sống này sẽ có thể thay đổi chút ít. Còn nếu kiếp trước ta không sám hối thì kiếp này tuy việc sám hối có thể thay đổi khổ đau do nghiệp báo nhưng chỉ chút ít thôi.

SÁM HỐI

*"Trụ trong tánh sẽ tịnh hóa
được tất cả mọi bất thiện nghiệp."*

Về sự sám hối. Đầu tiên, chúng ta có thể sám hối những hành động xấu ác thông qua sự hối hận sâu sắc. Để có thể khởi tâm hối hận, trước tiên ta phải nhận thấy rằng mình đã hành xử sai trái. Và rồi ta phải lo sợ rằng mình sẽ phải rơi vào những cõi thấp. Đó là sự sám hối bên ngoài.

Sự sám hối bên trong là tâm Bồ-đề. Chúng ta sẽ không giữ những cảm xúc đau khổ nữa, bởi [đối tượng gây đau khổ cho ta] đã từng ít nhất một lần là cha mẹ ta. Vì vậy, ta sẽ không còn giận dữ nữa. Đó chính là sự sám hối tốt nhất, sự tịnh hóa tuyệt vời nhất. Và khi sám hối theo cách này, các con có thể thực sự tịnh hóa tất cả những hành động tiêu cực của mình.

Còn sự sám hối bí mật, sự tịnh hóa bí mật vốn thông qua thiền định đơn thuần, đó là sự trực nhận được chân tánh của tâm. Đó là sự thực hành về Mahamudra hay Dzogchen. Nếu như ở bất cứ tình huống nào ta cũng trụ được trong tánh thì điều đó đã chứa đựng hết tất cả mọi pháp sám hối. Các bậc thầy thường nói rằng khi trụ trong tánh sẽ tịnh hóa được tất cả mọi nghiệp bất thiện. Và mục đích của chúng ta không gì khác hơn là trực nhận được chân tánh của tâm.

CÚNG DƯỜNG MẠN-ĐÀ-LA

"Tâm Bồ-đề chính là
Mạn-đà-la tối thượng, Mạn-đà-la bí mật".

Điểm tinh yếu của thực hành cúng dường Mạn-đà-la là để loại trừ những bám chấp dai dẳng, quan trọng nhất là chấp ngã. Khi chúng ta muốn đoạn trừ những nỗi đau khổ của luân hồi, chúng ta phải đoạn trừ những bám chấp trong tâm. Có ba cấp độ cúng dường: bên ngoài, bên trong và bí mật.

Cúng dường Mạn-đà-la *bên ngoài* nghĩa là cúng dường mọi thứ bên ngoài, mọi thứ tồn tại trong vũ trụ. Có hàng triệu vũ trụ giống như vũ trụ của chúng ta, với vô lượng chúng sinh. Chúng ta cúng dường tất cả lên Tam bảo và không giữ lại một thứ gì. Và bất kỳ hạnh phúc nào chúng ta có được đều phải nghĩ rằng đó là do Tam bảo ban tặng.

Cúng dường Mạn-đà-la *bên trong* nghĩa là buông bỏ bám chấp vào mọi thứ "của ta", những thứ có gắn kết chặt chẽ như chồng, vợ, con cái hoặc thậm chí cả bản thân ta. Không phải từ bỏ với nghĩa đen, mà là ta buông bỏ tâm dính chấp vào tất cả những thứ đó, những [nguyên nhân phát sinh] đau khổ từ đó.

Cao hơn hết thảy, ta cần trưởng dưỡng tâm Bồ-đề. Tâm Bồ-đề chính là Mạn-đà-la tối thượng, Mạn-đà-la bí mật. Khi ta phát tâm Bồ-đề vì lợi lạc của hết thảy hữu tình là lúc ta cúng dường Mạn-đà-la bí mật, Mạn-đà-la tối thượng.

GURU YOGA

"Chúng ta phải hợp nhất được tâm mình với tâm Đạo sư, đó chính là tâm điểm của thực hành Đạo sư Du-già."

Pháp thực hành thứ tư là thực hành Đạo sư Du-già (Guru Yoga). Điểm cốt yếu của Đạo sư Du-già là để trực nhận được bản tánh của tâm ta là bất khả phân với tâm của Đạo sư.

Trong truyền thống Hiển giáo, để đạt đến giác ngộ, ta phải tích lũy công đức trong ba a-tăng-kỳ kiếp. Tuy nhiên, theo dòng truyền của Kim Cang thừa, dòng truyền Gia trì Bảo hộ, ta nhận được sự gia trì của Đạo sư và có thể đạt được giác ngộ chỉ trong một đời. Đó là sự trao truyền từ tâm đạo sư tới tâm thức của đệ tử. Khi thực hành, ta thiền định để nhận ra chân tánh của tâm. Khi đó, với lòng sùng mộ sâu sắc, ta sẽ nhận thấy rằng tâm mình có cùng bản chất với tâm Đạo sư.

Cốt tủy của việc giữ sự kết nối của ta với thầy là tình yêu thương đối với tất cả chúng sinh. Đó là hạnh nguyện của thầy và cũng là hạnh nguyện của ta – phát tâm Bồ-đề vì lợi ích của tất cả hữu tình. Chúng ta không bao giờ được khởi lên tâm sân hận hay thù hận dù chỉ với một chúng sinh riêng lẻ. Và nếu tâm ta hướng về tình yêu thương, thì tâm ta sẽ hợp nhất với tâm Đạo sư và ta sẽ dễ dàng nhận được bản tánh của tâm thầy.

Bằng cách nào mà ta nhận được sự gia trì của Đạo sư? Sự gia trì của Đạo sư chính là tình yêu thương được truyền tới dòng tâm thức của ta. Và nhờ đó mà ta nhận ra bổn tâm của mình. Sự nối kết được thiết lập thông qua tình yêu thương của Đạo sư dành cho ta và tâm chí thành, chí tín của ta đối với Đạo sư. Và nhờ gắn kết này mà ta nhận ra được tâm mình hợp nhất với tâm Thầy.

Vị Đạo sư bên ngoài chỉ là Đạo sư về hình tướng; thân Đạo sư chỉ là yếu tố phụ. Các con cần nhận ra được vị Đạo sư bên trong. Điều đó có nghĩa là trực nhận được tâm Đạo sư và điều này quan trọng hơn. Chúng ta phải hợp nhất được tâm mình với tâm Đạo sư, đó chính là tâm điểm của thực hành Đạo sư Du-già. Chúng ta sẽ nhận được sự giác ngộ như Thầy, nhận được sự gia trì của Thầy. Và nếu thiền định về bản tánh chân tâm theo cách này, ta sẽ hợp nhất bất khả phân với Thầy.

CÚNG TSOK

Thông qua sự kết nối cát tường này,
các con sẽ cùng đạt tới Giác ngộ
và sẽ cùng tái sanh vào một cõi tịnh độ.”

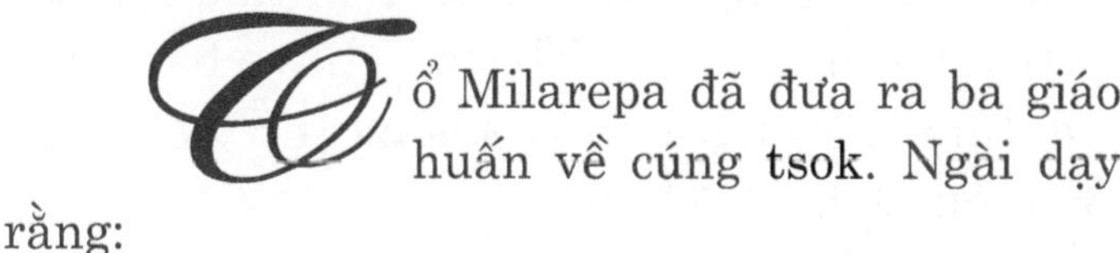

ổ Milarepa đã đưa ra ba giáo huấn về cúng tsok. Ngài dạy rằng:

– Khi ta ăn thì thức ăn trở thành một bữa tiệc cúng dường thịnh soạn.

– Khi ta đi thì việc đó phải trở thành đi nhiễu (cora).

– Khi ta ngủ và nằm mơ thì việc đó phải trở thành thực hành giấc mộng ánh sáng.

Thế nên khi thực hành cúng tsok, Lama Chopa, có nghĩa là các con cúng dường Đạo sư – đó là tiệc cúng dường. Khi tiến hành cúng dường hãy nghĩ rằng Đạo sư luôn ở trong tim. Đạo sư luôn luôn ở trong tâm con. Bất cứ điều gì ta nghĩ tưởng sẽ đều trở thành sự thật. Ví dụ, khi con nghĩ tưởng về Bổn tôn, nghĩ rằng ta là Bổn tôn thì ta sẽ trở thành Bổn tôn. Và vì ta đã là một vị Bổn tôn, thức ăn ta thọ dụng sẽ trở thành vật phẩm cúng dường Bổn tôn. Ta sẽ không bị vi phạm giới hạnh vì khi nghĩ tưởng về Bổn tôn thì lúc đó tâm ta không có ngã chấp.

Tất cả chỉ là bản tánh thanh tịnh của chư Phật, bản tánh của Pháp thân. Và nơi Tánh Không thanh tịnh điều gì cũng có thể. Vì nó vốn trống không nên có thể trở thành bất kỳ điều gì mà ta nghĩ tưởng đến. Khi ta phát khởi tâm Bồ-đề và nghĩ tưởng về Bổn tôn, lập tức ta trở thành như vậy. Khi ta nghĩ về bản thân [với tâm chấp ngã], ta sẽ không thể trở thành Bổn tôn vì đã là "ta" rồi.

Thế nên, điều quan trọng nhất là khi chúng ta thọ dụng thức ăn và cúng dường như thế này thì chúng ta phải phát khởi tâm Bồ-đề. Ta thực hành không phải vì lợi ích cho riêng bản thân mà vì lợi lạc cho tất cả những chúng sinh khác. Lợi lạc cho chúng sinh khác mới thật sự là tối quan trọng.

Để sinh tồn chúng ta phải ăn để sống – điều đó không có gì đáng quan ngại. Nếu tâm chúng ta chân thật thì việc nuôi dưỡng thân mình không có gì sai trái. Để thân ta tồn tại và làm lợi lạc cho chúng sinh khác thì nó cũng cần được nuôi dưỡng duy trì. Tuy nhiên, khi cúng tsok thì phải nhớ rằng đây là thực hành của Kim Cang thừa. Điều này sẽ khiến ta khởi phát những tri kiến thanh tịnh. Trong khi cúng tsok, hãy nhận thấy rằng ta và các chúng sinh khác cũng đều thanh tịnh như Bổn tôn.

Về bản chất, tâm ta vốn hoàn toàn thanh tịnh. Thân chúng ta bao gồm *ngũ uẩn*. Về bản chất, *ngũ uẩn* cũng là hoàn toàn thanh tịnh. Người ta thường nói rằng *ngũ uẩn* chính là *ngũ trí Phật mẫu*. Ngũ độc trong tâm của chúng sinh khi được nhận biết sẽ trở thành *ngũ trí Như Lai* thực sự. Tất cả mọi sự xuất hiện và tồn tại đều hoàn toàn thanh tịnh. Ví dụ, một miếng trái cây chứa đựng các nguyên tố, và vì vậy bản tính nó là thanh tịnh. Vì thế, điểm cốt yếu của cúng dường tsok là để nhớ rằng thật ra về bản chất toàn thể vũ trụ và tất cả chúng sinh đều thanh tịnh. Nếu các con hiểu được điều này thì nó sẽ trở thành sự thật.

Cúng dường tsok chân thật sẽ nhận được sự gia trì bảo hộ lớn lao. Nếu không còn chấp ngã, các con sẽ thấy mình và những người khác là Bổn tôn. Khi đó, cho dù con hưởng thụ lạc cảnh nào cũng không tạo thành những hành động bất thiện, mà thay vào đó sẽ tích tụ phước đức không ngừng (*do ngũ độc chuyển hóa thành năng lực từ bi trưởng dưỡng tâm Bồ-đề*). Chỉ khi ta thỏa mãn, dính mắc với những tham luyến của mình thì mới tích lũy nghiệp bất thiện.

Khi nuông chiều tâm chấp ngã thì các con đã tích lũy nghiệp bất thiện. Vì vậy, tâm Bồ-đề cũng theo đó mà suy giảm. Cúng dường có trở nên thanh tịnh hay không phụ thuộc vào khả năng trưởng dưỡng tâm Bồ-đề và tri kiến thanh tịnh. Nếu các con có khả năng khởi phát tâm Bồ-đề thì những hưởng thụ lạc cảnh đều trở thành những bữa tiệc cúng dường thịnh soạn đến Bổn tôn. Không có tâm Bồ-đề, không có tri kiến thanh tịnh thì việc đó sẽ trở thành những hoạt động đơn thuần của luân hồi.

Trong lễ cúng dường tsok, chúng ta cũng cúng dường cả những hỉ lạc từ ngũ uẩn cho tất cả chúng sinh có thân cũng như không có thân đang ngập tràn trong không gian.

Đức Phật từng dạy rằng, để có thể liên tục giữ được tâm chuyên nhất chúng ta cần thực hành minh chú *Om ah hung*. Nếu các con thực tin vào câu minh chú đó với tâm chân thành thì với mỗi hơi thở, các con đều thâm nhập khắp sáu cõi luân hồi. Và khi ta cúng dường thức ăn đến tất cả chúng sinh, tâm chân thành và chuyên nhất sẽ lan tỏa khắp sáu cõi và đến tận những cõi tịnh độ để dâng cúng lên toàn thể chư Phật.

Các con thật sự đang tiến đến gần nhau hơn để chia sẻ tình yêu thương, để hạnh phúc cùng nhau. Các con đã thiết lập được sự nối kết với nhau trong nhiều đời, và thông qua sự kết nối tốt lành này các con sẽ cùng đạt được Giác ngộ và sẽ cùng tái sanh vào một cõi tịnh độ. Trong tương lai, các con sẽ cùng thâm nhập một Mạn-đà-la. Tuy nhiên để điều đó trở thành hiện thực, các con phải tuân thủ giới nguyện (*samaya*).

Khi nói về giới nguyện, chúng ta thường nghĩ tới việc giữ giới nguyện thanh tịnh [trong quan hệ] với Đạo sư của mình. Tuy nhiên, giữ giới nguyện trong sạch còn có nghĩa là không được phá giới nguyện đó đối với các đạo hữu và những chúng sinh khác. Thật là vô nghĩa nếu ta nói mình giữ giới nguyện với Đạo sư trong khi đó lại phá vỡ giới nguyện với đạo hữu.

Giới nguyện này rất đơn giản - đó là tình thương yêu. Các con càng phải dành tình thương yêu cho những người ở gần bên mình, xung quanh mình trong đời sống hằng ngày. Thế nên, đừng bao giờ để giới nguyện này suy giảm, vì tất cả chúng ta có thể cùng nhau đạt đến giác ngộ.

Và tất nhiên, sự giận dữ có thể phát khởi bất cứ lúc nào. Tuy nhiên, dù nó phát khởi, các con có thể tức thời nhận ra và sám hối. Hãy thực hành kham nhẫn và luôn nghĩ rằng: “Ta phải kham nhẫn.” Ngoài ra các con còn phải trưởng dưỡng tri kiến thanh tịnh trong tâm. Đặc biệt là đối với các đạo hữu, các con phải thấy rằng tất cả người nam đều là Chenrezig (Quán Thế Âm) và tất cả người nữ đều là Tara.

Trong khi cúng dường tsok, các con nên cầu nguyện: "Nguyện cho tất cả chúng sinh nam đều khởi phát tâm Bồ-đề và trở thành Chenrezig. Nguyện cho tất cả chúng sinh nữ đều khởi phát tâm Bồ-đề và trở thành Tara." Đây cũng là một lợi lạc khác của việc cúng dường tsok. Lễ cúng dường tsok thanh tịnh hay không tùy thuộc vào năng lực trưởng dưỡng tâm Bồ-đề và tri kiến thanh tịnh.

Bài pháp thoại ngày 24.10.2010 tại Hà Nội, giảng về cúng tsok và pháp tu ngondro (bổ sung phần vấn đáp ngày 24.10 và 25.10).

Nối kết với chư vị hộ Phật

"Ta có kết nối được hay không là phụ thuộc vào tâm Bồ-đề của chính ta."

Chúng ta vừa trì tụng câu minh chú của đức Phật; câu minh chú này cũng chính là lời khẩn nguyện của chúng ta hướng tới đức Phật. Cho dù chúng ta trì tụng một mình hay cùng với nhiều đạo hữu khác thì ta vẫn có thể thành tựu Phật quả. Điều quan trọng cần phải hiểu là trong mỗi một vị Phật đều có chư Phật ngự trong đó.

Khi thành tựu quả Phật, đạt được Giác ngộ, có nghĩa là chúng ta đạt được ba thân. Điều ấy cũng có nghĩa là chúng ta đã tháo gỡ được tâm bám chấp hay chấp ngã. Tâm của chúng ta lúc đó sẽ như hư không, sẽ hoàn toàn rỗng lặng. Đấy chính là Pháp thân. Tâm ấy hoàn toàn thoát khỏi mọi bám chấp, không bị các tâm sở chế ngự và tâm ấy an tĩnh tựa hư không. Cảnh giới của Pháp thân chư Phật đều là một. Không có mảy may khác biệt giữa một vị Phật này với một vị Phật khác. Giống như không gian bao trùm tất cả. Rồi trong cái trống không rỗng lặng ấy sẽ hiện ra tình yêu thương vĩ đại đối với tất cả chúng sinh. Và qua đó, các Báo thân xuất hiện. Các Báo thân ở đây ám chỉ tất cả những vị Hộ Phật hung nộ và an hòa trong những hình tướng khác nhau.

Các vị Hộ Phật này hóa hiện từ trong Pháp giới của tâm Phật, một tâm Phật duy nhất. Từ trong tâm Phật ấy, vô lượng vô số các vị Hộ Phật đã xuất hiện. Ở đây, chủ yếu ta đang nói đến Ngũ Thiền Phật hay Ngũ Bộ Phật. Từ Ngũ Thiền Phật hay Ngũ Bộ Phật, hằng sa Hộ Phật an hòa và hung nộ sẽ khởi hiện. Cho dù nói là vô lượng, vô số không thể đếm nghĩ, nhưng tất cả đều chỉ có một tâm thuần nhất, tâm của vị Hộ Phật này với tâm của vị Hộ Phật khác đều như nhau. Tâm ấy chính là sự kết hợp giữa tánh không và từ bi, hoàn hoàn giải thoát khỏi mọi bám chấp hay chấp ngã.

Để có thể thọ nhận quán đảnh, chúng ta cần hiểu rõ sự liên hệ giữa vị Hộ Phật (của pháp quán đảnh mà chúng ta thọ nhận) với bản thân chúng ta là những hành giả đang thọ nhận quán đảnh đó. Điều đầu tiên chúng ta cần hiểu rõ là tâm của ta và của vị Hộ Phật thật sự giống nhau. Nghĩa là chân tánh của vị Hộ Phật và chân tánh của ta hoàn toàn giống hệt nhau. Trong Bài nguyện của Đức Phật Phổ Hiền đã ghi rằng, tâm ấy có cùng một bản thể duy nhất. Bản thể ấy an trụ như hư không, trùm khắp tất cả.

Nếu chỉ có một bản thể thì tại sao lại có sự khác biệt là có chư Phật rồi lại có chúng sinh? Bởi vì tâm của chúng sinh có quá nhiều chấp ngã, chúng sinh bị ngũ độc chế ngự, và từ đó cõi luân hồi mới xuất hiện. Trong khi đó, đức Phật đã trưởng dưỡng tâm Bồ-đề, nuôi dưỡng tâm vị tha, và nhờ đó đã thành tựu giác ngộ. Tuy thế, tâm của Phật và tâm của chúng sinh vẫn đồng một bản thể, nên về thật tánh thì hoàn toàn giống hệt nhau.

Cho nên khi chúng ta thọ nhận quán đảnh, chúng ta cần phải nối kết được với tâm Bồ-đề của vị Hộ Phật ấy, và chỉ qua cách đó mới có thể giúp chúng ta cởi bỏ được tâm chấp ngã. Do đó, nếu ta hiểu rằng về bản thể tất cả các tâm [tâm ta và tâm Phật] thảy đều giống nhau, thì đó chính là sự kết nối đầu tiên giữa ta với vị Hộ Phật khi ta nhận quán đảnh của ngài. Vậy trước tiên cần hiểu được là chỉ có một bản tâm duy nhất.

Thứ đến là sự phát khởi tâm Bồ-đề.

Tâm Bồ-đề của vị Hộ Phật thì luôn luôn có ở đó. Nhưng chúng ta có thể kết nối được với ngài hay không thì còn tùy thuộc vào tâm Bồ-đề của chính ta, và động cơ của chính ta khi thọ quán đảnh. Khi chúng ta thọ nhận quán đảnh, động cơ vô cùng thiết yếu là chúng ta phát tâm muốn giúp đỡ kẻ khác. Chỉ khi nào ta phát khởi được tình yêu thương, phát tâm giúp đỡ người khác thì khi ấy ta mới có thể tháo gỡ tâm chấp ngã và các tâm ô nhiễm khác.

Vậy tóm lại, sự kết nối đầu tiên giữa chúng ta và vị Hộ Phật là tất cả chúng ta và chư Phật chỉ có một bản tâm duy nhất, cùng một bản thể như nhau. Còn sự kết nối thứ nhì đến từ nội lực phát triển tâm Bồ-đề. Được như vậy thì chúng ta mới có thể thật sự liên hệ được với vị Hộ Phật khi nhận quán đảnh.

Khi chúng ta bước trên con đường tu, đức Phật dạy chúng ta các pháp tu dựa trên ba cấp độ khác nhau. Đây là ba thừa khác nhau vì căn cơ khác biệt của chúng sinh. Ngài đã dạy con đường "Biệt giải thoát giới"cho người sơ căn, con đường Bồ Tát đạo cho hàng trung căn, và con đường Kim Cang thừa cho bậc thượng căn. Cần phải có ba con đường khác nhau, vì đức Phật thấy chúng sinh có ba loại căn cơ: sơ căn, trung căn và thượng căn.

Tại sao có ba loại căn cơ khác nhau như vậy? Đó là vì trong quá khứ, mức độ chúng ta tiếp cận giáo pháp và kết hợp với giáo pháp ấy có sự khác biệt. Mức độ này tùy thuộc vào việc chúng ta đã phát khởi được tâm Bồ-đề trong tiền kiếp hay chưa, đã có hành trì giáo pháp trong tiền kiếp hay chưa.

Nếu chúng ta đã phát triển được tâm Bồ-đề và kết nối được với Phật pháp trong những đời quá khứ, thì trong kiếp này tâm thức của ta sẽ trở nên rất sáng tỏ, rất minh bạch, và do đó ta có thể hiểu được ý nghĩa của Kim Cang thừa. Đây là căn cơ tối thượng.

Còn đối với những người trung căn thì họ có căn cơ để nuôi dưỡng tâm Bồ-đề và họ cũng có được một phần trí tuệ.

Ngoài ra, có những người không có chút liên hệ nào với Phật pháp trong những đời quá khứ, cho nên trong kiếp này, tâm thức của họ bị che mờ, ở trong trạng thái mê lầm, như một thứ nước nhiễm bẩn.

Chúng ta nói rằng tâm Phật và tâm chúng sinh có cùng một bản thể. Chỉ một bản thể duy nhất. Tương tự như trong thế giới này, [về cơ bản] chỉ có một loại nước mà thôi. Nước là nước. Nhưng có thứ nước trong sạch tinh khiết và có những thứ nước lại vẩn đục, nhiễm bẩn. Nước trong sạch tinh khiết là tâm Phật, và nước vẩn đục, nhiễm bẩn là tâm chúng sinh.

Nếu là nước nhiễm bẩn thì chúng ta không thể dùng vào việc gì cả. Nhưng vì sao lại bị nhiễm bẩn? Nhiễm bẩn là do tâm chúng sinh có nhiều chấp ngã. Vì chấp ngã mà để cho ba độc (tham, sân, si) và nhiều tâm ô nhiễm khác phát sinh. Từ đó mà sinh ra vô số tâm thái tiêu cực, và vì những tâm thái tiêu cực này mà sinh ra bệnh tật.

Có ba loại bệnh tật đến từ tham, sân, si, ba loại tâm tiêu cực chính yếu trong ta. Nói chung, có ba loại bệnh tật phát xuất từ (1) khí, (2) đờm dãi và (3) túi mật. Chúng ta có thể bị bệnh tật do khí gây nên, do đờm dãi trong người tạo ra hoặc do túi mật gây ra. Bệnh tật do túi mật gây ra có liên quan đến tâm sân hận mạnh mẽ. Bệnh do khí lực trong người gây ra là do tâm tham ái mạnh mẽ. Bệnh do đờm dãi gây ra là do vô minh trong tâm ta mạnh mẽ.

Trong đời sống của chúng ta, tâm thái tiêu cực nào mạnh mẽ thì sẽ sinh ra bệnh tật tương ứng với tâm ấy. Mỗi căn bệnh đều dựa trên một trạng thái tâm thức tiêu cực và do tâm tiêu cực tạo ra chứ không do gì khác. Tâm tiêu cực và ô nhiễm tạo ra nghiệp quả tiêu cực. Nghiệp ấy, tâm ấy đã trở thành dấu ấn trong tâm thức ta và những dấu ấn này bây giờ trở thành đủ loại bệnh tật, và ta phải trải qua những căn bệnh ấy trong đời này.

Trong thế giới này, chúng ta có hai hệ thống [vận hành] là hệ thống thế tục và hệ thống tôn giáo (hay đạo pháp). Hai hệ thống này trên cơ bản có điểm giống nhau, đó là để giải trừ sự đau khổ của chúng ta. Sống theo hệ thống thế tục, chúng ta cố gắng diệt bỏ những quả xấu chúng ta phải chịu trong đời sống này, nghĩa là muốn cắt bỏ chính sự đau khổ khi đau khổ ấy đã trổ quả. Nhưng khi nghiệp đã trổ quả rồi thì việc loại bỏ cái "quả" là việc làm không tưởng. Trong đời sống thế tục, khi nóng thì ta muốn mở máy lạnh. Chúng ta muốn loại trừ ngay sự đau khổ của cái quả đã trổ. Nhưng điều đó không thể thực hiện được, vì không thể loại trừ được đau khổ của cái quả đã chín muồi trong đời này.

Đức Phật nói rằng, ta không thể loại trừ được cái quả, và ta sẽ không có được sự chọn lựa nào khác ngoài việc thọ nhận một khi đã gieo nhân và quả ấy đã chín muồi. Do đó, điều cần làm là loại bỏ những nguyên nhân, những gốc rễ gây nên đau khổ. Nếu không có nhân thì sẽ không có quả. Nhưng một khi nhân đã gieo thì ta không thể nào đảo ngược hay thay đổi kết quả được nữa. Đây là điều mà đức Phật đã chứng ngộ.

Các hệ thống tôn giáo khác trong thế giới này cũng chỉ nhằm mục đích loại trừ những nguyên nhân tạo ra đau khổ. Do đó, sự hiện diện của các hệ thống tôn giáo khác nhau trên thế giới là một nhu cầu rất lớn. Đức Phật đã nhận ra được rằng những kết quả mà ta phải chịu trong đời này đều đến từ tâm thức ô nhiễm và tiêu cực trong chính ta. Do đó, ta cần phải chuyển hóa để gột rửa tất cả những tâm thức tiêu cực ấy.

Tại sao chúng ta không thể thay đổi được quả? Đức Phật đã từng tuyên thuyết rằng, nếu muốn biết đời quá khứ của ta như thế nào thì phải nhìn xem thân tướng chúng ta như thế nào trong đời hiện tại. Chúng ta đã gieo trồng cái nhân cho thân tướng hiện tại từ trong những kiếp trước rồi. Và do đó mà đời sống hiện tại của ta là một sự pha trộn giữa hạnh phúc và đau khổ.

Tất cả những hạnh phúc ta có được là nhờ ta đã phát khởi lòng yêu thương và làm những hạnh lành đối với chúng sinh. Còn tất cả những khổ đau mà ta phải chịu thì đến từ ác hạnh mà ta đã tạo dựa trên tâm chấp ngã và ô nhiễm.

Như vậy, để có được hạnh phúc ta cần thực hành các thiện hạnh, là những việc làm được thúc đẩy bởi tình yêu thương, cũng như chuyển hóa tâm ô nhiễm chấp ngã thành tâm yêu thương vô ngã, lúc đó chúng ta mới có thể hưởng quả hạnh phúc trọn vẹn. Đây cũng chính là điều mà đức Phật đã chứng ngộ.

Hiện tại, chúng ta phải trải nghiệm hạnh phúc hoặc đau khổ, nhưng chúng ta thật sự không thể làm gì khác để hoán chuyển được cái quả đó, vì trong quá khứ ta đã làm những việc tương ứng, đã lỡ gieo nhân cho những trải nghiệm của ta trong đời này rồi.

Chúng ta thấy rằng, trong thế giới này có những chúng sinh, bất kể là họ làm gì cũng luôn phải trải qua rất nhiều đau khổ. Lại có những chúng sinh khác lúc nào cũng sung sướng hạnh phúc; hạnh phúc đến với họ một cách tự nhiên, họ có rất nhiều bạn bè, thực phẩm và tiền của... Qua đó, ta cần phải hiểu đúng về sự vận hành của nhân quả.

Nói một cách vắn tắt, cho dù giáo lý của đức Phật vô cùng bao la, sâu rộng; cho dù bạn có thể đã từng học hỏi hàng trăm kinh điển khác nhau, nhưng tựu trung tất cả cũng chỉ gói trọn trong hai chân lý. Nhân quả liên quan đến chân lý tương đối (tục đế). Nhân quả không bao giờ sai lạc và nhân quả thực sự phát khởi từ ngay chính tâm ta. Khi ta phạm ác nghiệp, thì chắc chắn là ta phải trải nghiệm đau khổ. Còn nếu chúng ta thực hành thiện hạnh và những thiện hạnh này xuất phát từ một tâm nguyện yêu thương, thì chắc chắn chúng ta sẽ trải nghiệm hạnh phúc.

Nói chung, tất cả Lục Ba-la-mật (hay sáu hạnh toàn thiện) đều đến từ tâm nguyện yêu thương. Tất cả những ác hạnh đều đến từ tâm chấp ngã, là nguyên nhân tạo ra những cảm thọ tiêu cực.

Do đó, chúng ta cần hiểu được sự vận hành của nhân quả. Nếu chúng ta hiểu được sự vận hành của nhân quả, thì tạm thời điều này sẽ cho chúng ta một số lợi lạc, và cuối cùng sẽ đem đến cho chúng ta hạnh phúc viên mãn. Lợi lạc nhất thời có nghĩa là bây giờ chúng ta hiểu rõ và có thể chấp nhận được đau khổ. Chúng ta hiểu được rằng đau khổ trong hiện tại của ta là do những hành nghiệp chính ta đã tạo ra trong quá khứ. Chính những cảm thọ tiêu cực của ta đã tạo ra phiền não và đau khổ. Bây giờ, ta biết cách làm sao để không tái phạm, để không bị đau khổ như vậy nữa trong tương lai.

Còn hiện nay nếu chúng ta hạnh phúc, ta phải hiểu rằng trong quá khứ ta đã có những hành nghiệp phát xuất từ tình yêu thương. Hiểu như vậy thì điều này sẽ khuyến khích ta càng vun bồi thêm nhiều tình yêu thương hơn nữa. Khi chúng ta gieo trồng tình yêu thương, có được nhân hạnh phúc, ta có cơ hội tái sinh vào các cõi cao hơn và sau đó có thể đạt được giác ngộ. Giác ngộ có nghĩa là hoàn toàn thoát ly tâm chấp ngã.

Tạm thời, tâm của chúng sinh giống như một khối nước đá hoặc như nước nhiễm bẩn. Khối nước đá đó chính là tâm chấp ngã. Nhưng một khi khối nước đá này tan chảy thì có nghĩa là tất cả chúng sinh đều có triển vọng đạt được giác ngộ. Như đức Phật đã từng thuyết dạy, tâm của mọi chúng sinh đều có tánh Phật. Tâm của chúng sinh chỉ tạm thời bị che chướng vì những vết nhơ của tâm chấp ngã mà thôi. Tâm của chúng sinh giống như là những khối nước đá. Nhưng nếu chúng sinh nào có thể cởi bỏ được tâm chấp ngã thì ngay đó họ sẽ đạt được giác ngộ.

Đức Phật đã giảng dạy ba con đường hay ba thừa tùy căn cơ khác nhau, vì mức độ chúng ta kết duyên với giáo pháp trong những đời trước cũng khác nhau. Tâm của đức Phật giống như giòng nước trong veo tuôn chảy, còn tâm chúng sinh giống như khối nước đá đặc cứng, hoặc như một viên kim cương chưa được mài giũa và đánh bóng. Tuy trông giống như một khối đá, một hòn sỏi, nhưng thật sự là sau khi được mài giũa, đánh bóng thì viên kim cương sẽ hiển lộ và sẽ trở thành một món trang sức tuyệt đẹp.

Tâm của chúng sinh giống như là một viên kim cương chưa được mài giũa và đánh bóng. Nó giống như một tảng đá. Ta không thể dùng tảng đá đó, nhưng bên trong tảng đá có tiềm năng, có triển vọng. Tiềm năng đó, triển vọng đó chính là tánh Phật, tánh giác ngộ. Tánh Phật chính là điều mà tất cả chúng sinh đều có, cho dù tánh Phật ấy bị che lấp bởi không biết bao nhiêu lỗi lầm và vì ta chưa trưởng dưỡng được những đức tánh của giác ngộ. Tâm ta giống như một viên đá chưa được mài giũa, chưa được tẩy sạch nên không giống một viên kim cương.

Đức Phật đã giảng dạy cho chúng ta 84 ngàn pháp môn khác nhau, nhưng thực sự tinh túy của tất cả 84 ngàn pháp môn ấy nếu đem gom lại thì cũng chỉ có một mà thôi. Đó chính là hoàn toàn thanh lọc tâm mình, tịnh hóa tâm mình. Và đó cũng là mục đích của tất cả tôn giáo khác nhau trên thế giới này. Có một số người có những quan niệm sai lầm về điều này, và có tà kiến về những gì đức Phật đã giảng dạy. Họ cũng có vọng tưởng nhị nguyên đối đãi, và chính những tâm thức tiêu cực này, những quan niệm sai lầm này là những gì mà chúng ta cần đoạn diệt.

Nói một cách cơ bản, điều duy nhất mà chúng ta cần giải trừ là tâm chấp ngã. Đức Phật đã từng nói rằng, nếu bạn muốn diệt tâm chấp ngã, bạn sẽ không thể diệt được tâm ấy ngay cả nếu bạn giết chết kẻ đang mang tâm ấy. Ngay cả nếu bạn giết chết một người thì tâm chấp ngã của người ấy vẫn tiếp tục tồn tại. Nên cái mà ta muốn giết chết hay loại bỏ chính là tâm chấp ngã trong ta, và vũ khí duy nhất để có thể buông bỏ được tâm chấp ngã chính là tình yêu thương.

Khi nào mà tâm chấp ngã chưa được gột xoá trọn vẹn thì những cảm thọ tiêu cực sẽ cứ tiếp tục xuất hiện, không thể nào chấm dứt! Phương cách đối trị duy nhất để buông bỏ tâm chấp ngã là chuyển hóa tâm thức, biến tâm chấp ngã thành tâm yêu thương, thành tâm nguyện muốn giúp đỡ và đem lại lợi lạc cho kẻ khác. Nếu chúng ta cứ tiếp tục để cho những cảm xúc tiêu cực chế ngự chúng ta thì trong đời này và những đời sau, ta sẽ phải trải qua vô vàn đau khổ.

Ví dụ như, nếu chúng ta nổi sân quá độ thì ta sẽ bị đọa vào cõi địa ngục hoặc trải qua kinh nghiệm sống trong một quốc gia luôn có chiến tranh. Đây chính là những điểm xấu xa tệ hại liên quan đến sân hận.

Nếu các bạn tu tập theo *Ba mươi bảy pháp hành Bồ Tát đạo* thì sẽ tìm thấy được trong đó phương pháp đối trị cho mỗi một xúc tình tiêu cực trong chúng ta. Nói tóm lại, ta cần phải [chuyển hóa] để buông bỏ những xúc tình tiêu cực ấy. Nếu ta không buông bỏ những cảm thọ ấy thì chúng sẽ tiếp tục trở lại lần nữa, rồi lần nữa... Chúng tiếp tục trở lại là vì bản thân ta chỉ luôn quan tâm đến chính mình, đến sự an nguy và hạnh phúc của riêng ta mà thôi.

Nếu không buông bỏ được tâm chấp ngã thì những cảm xúc tiêu cực sẽ không bao chấm dứt, chúng sẽ tiếp tục sinh khởi. Vì thế chúng ta cần phải buông bỏ tâm chấp ngã nếu ta muốn gột rửa những xúc cảm ô nhiễm. Và chỉ có một yếu tố duy nhất có thể giúp ta làm được điều ấy, đó chính là tâm nguyện yêu thương dành cho tất cả chúng sinh.

Nếu chúng ta có tình yêu thương đối với người khác, thì khi ấy sẽ không còn cái ta, không còn bản ngã. Khi trở thành vô ngã thì tất cả ô nhiễm sẽ không còn hiện diện nữa, và chúng ta sẽ đạt được trạng thái giác ngộ. Tâm giác ngộ ở đây là sự kết hợp giữa tánh Không và từ bi. Cho nên, nếu hiểu theo cách nhìn của Kim Cương thừa ta sẽ thấy không có sự khác biệt giữa tâm của một vị Phật và tâm của chúng sinh.

Bây giờ chúng ta thọ nhận quán đảnh, đây là [một nghi thức] của Kim Cang thừa. Trong khi chúng ta thọ nhận quán đảnh, chúng ta làm thế nào để những gì chưa thuần thục sẽ được chín muồi? Chín muồi ở đây là sự chín muồi của một dòng tâm thức còn đang xanh non, [giúp cho tâm ấy trở nên thuần thục]. Thật sự điều này cũng giống như chúng ta buông bỏ và di chuyển từ một căn nhà cũ tới một căn nhà mới, đến một cõi thuần tịnh là cõi tịnh độ của vị Hộ Phật.

Trong cảnh giới của Báo thân, các vị Hộ Phật hóa hiện trong các hình tướng như cầu vồng giữa hư không, không đến không đi, vượt ngoài vòng sanh tử. Các vị ấy không còn khổ não mà luôn ở trong trạng thái hạnh phúc, hỷ lạc.

Cũng có thể đang có những vị Hộ Phật trong số chúng ta; các ngài cũng nhìn thấy những thứ giống ta nhìn thấy, các ngài cũng có những tri kiến giống ta, nhưng cách các ngài tiếp cận vấn đề thì khác với cách ta tiếp cận vấn đề. Bởi khi ta có tình yêu thương đối với tất cả chúng sinh, bất kỳ là ở đâu, bất kỳ nơi nào ta đến, nơi ấy cũng là một cõi tịnh độ. Chúng ta sẽ không có kẻ thù và ai ai cũng là bằng hữu của ta.

Chúng ta thấy có một số người bình thường, khi họ có được một phần nào tình yêu thương thì họ không có nhiều kẻ thù mà lại thường có thêm bạn. Đó là vì tình yêu thương trong họ cũng đã khá mạnh mẽ. Bây giờ, nếu chúng ta trưởng dưỡng một tình yêu thương vĩ đại cho tất cả chúng sinh thì thực sự là bất kỳ môi trường nào xung quanh ta cũng sẽ trở thành cõi tịnh độ. Còn nếu ta có nhiều sân hận và oán ghét thì chính tâm ấy sẽ tạo ra cảnh giới địa ngục. Tất cả các chúng sinh với lòng sân hận, oán ghét sẽ tạo ra cõi địa ngục. Trong khi đó, tất cả những chúng sinh tràn đầy tâm yêu thương tạo ra cõi tịnh độ.

Trong *Ba mươi bảy pháp hành Bồ Tát đạo*, các giáo lý giảng về tâm Bồ-đề tương đối không chỉ dành riêng cho Phật tử mà còn mang lại lợi lạc cho tất cả những ai theo những tôn giáo khác, vì các tôn giáo trên thế giới cũng đồng thuận với những giáo lý ấy, không có gì mâu thuẫn.

Lẽ dĩ nhiên, mỗi người trong chúng ta cần phải tu tập hành trì theo những pháp môn đặc thù của dòng truyền thừa của ta, hoặc đặc thù theo truyền thống tôn giáo của ta, để có thể tiếp tục giữ gìn dòng truyền thừa hay truyền thống ấy. Nhưng chúng ta cần phải cẩn trọng để không bị rơi vào vòng biên kiến đối đãi, cho rằng truyền thống tu tập của ta là tối thượng và xem thường các truyền thống khác. Một số học giả vĩ đại cần phải trì giữ dòng truyền thừa của họ bằng cách tham gia vào các cuộc tranh luận để bảo vệ dòng truyền thừa của mình. Nhưng bản thân chúng ta không phải là những học giả vĩ đại. Chúng ta chỉ là những hành giả, và đối với những hành giả như chúng ta thì không cần phải tranh luận, biện chứng về dòng truyền thừa của mình. Chúng ta chỉ mang một trách nhiệm duy nhất, đó là tịnh hóa tâm thức ta nương vào việc phát triển tình yêu thương tất cả chúng sinh và phát triển lòng sùng kính quy ngưỡng tất cả những bậc giác ngộ. Ngoài việc đó ra thì chúng ta chẳng cần phải làm việc gì khác.

Đây là lần đầu tiên thầy đến viếng thăm đất nước này và thầy rất hoan hỷ được gặp những người bạn đạo mới quen ở nơi đây. Trong kiếp sống này, thầy đã gặt hái được nhiều trải nghiệm và cũng đã tạo nhiều nghiệp tiêu cực; do đó đã phải trải qua những quả đau khổ.

Thật thế, thầy đã có được sự thấu hiểu về chân lý tương đối, về sự vận hành của nhân quả.

Nhìn từ một góc độ sâu xa nhất thì không hẳn là đau khổ chỉ đem đến sự tổn hại, mà khi đau khổ ta có thể nương vào đạo pháp để đạt được lợi lạc từ chính sự đau khổ ấy. Thầy tin là những kinh nghiệm của thầy có thể đem lại chút lợi ích cho các bạn. Vì thế, thầy muốn chia sẻ với các bạn những gì mà bản thân thầy đã học được qua những trải nghiệm riêng.

Đức Phật đã dạy không biết bao nhiêu là phương tiện thiện xảo để giúp ta có thể thực hành giáo pháp, và mỗi người có thể theo đuổi những phương pháp phù hợp với tâm nguyện và căn cơ của mình. Đức Phật không những chỉ cho chúng ta, chúng sinh trong cõi người, các phương tiện tu tập, mà đức Phật còn dạy những phương tiện thiện xảo khác để mang lại lợi lạc cho cả những chúng sinh không có sự may mắn để tu tập, như loài súc sinh, hay những chúng sinh trong các thân tướng khác, hoặc những chúng sinh phi nhân, những chúng sinh vô hình. Chẳng hạn như có phương pháp đạt giải thoát qua sự nhìn, giải thoát qua sự mặc, giải thoát qua sự nghe.

Ví dụ về phương pháp đạt giải thoát qua sự nghe, chúng ta tu học từ tuyển tập *Ba mươi bảy pháp hành Bồ Tát đạo*, chúng ta được nghe hướng dẫn về hai chân lý mà đức Phật đã giảng dạy [chân đế và tục đế].

Ví dụ về phương pháp giải thoát qua sự nhìn và qua sự mặc, thì nơi đây thầy phân phát huy hiệu và tấm thẻ có ghi câu minh chú trên đó. Trên huy hiệu và tấm thẻ này là chân ngôn của đức Phật; chân ngôn ấy có diệu dụng đem đến lợi lạc cho tất cả các chúng sinh, ngay cả những chúng sinh không thể tu tập như loài súc sinh hoặc các chúng sinh vô hình. Chỉ cần được nhìn thấy những câu chân ngôn này mà chúng có thể tịnh hóa vô lượng chướng ngại và thanh tẩy tâm chấp ngã. Ví dụ, nếu ta dán tấm thẻ này phía trên khung cửa nhà thì bất cứ ai đi ngang qua bên dưới sẽ tịnh hóa được tội chướng đã tích lũy trong ba triệu đại kiếp.

Thầy đã đến đất nước này với tâm nguyện duy nhất là đem lại lợi lạc cho tất cả chúng sinh, vì thế thầy tin rằng việc này cũng sẽ đem lại lợi lạc cho các bạn. Tất cả các chúng sinh khi nhìn thấy câu minh chú này sẽ giảm bớt tâm chấp ngã.

Trên thực tế, chúng ta phải hiểu tâm chấp ngã của mỗi chúng sinh trong cõi luân hồi đều chỉ có một bản chất duy nhất, giống hệt như nhau. Để tiêu trừ tâm chấp ngã đó, chúng ta cần tích lũy vô lượng công đức. Vô lượng công đức này sẽ giúp ta đem lại lợi lạc cho chúng sinh và tịnh hóa nghiệp chướng của chính ta.

Ví dụ như khi các bạn đeo chiếc huy hiệu có câu minh chú trên người, thì các bạn đang tích lũy công đức rất sâu dày, vì các bạn đang làm lợi lạc các chúng sinh khác. Khi các chúng sinh không có thân tướng hay loài súc sinh nhìn thấy những câu minh chú này, việc ấy có thể tịnh hóa được vô lượng chướng ngại cho chúng.

Đây là điều rất quan trọng, vì khi chúng ta tích lũy được nhiều thiện hạnh như vậy thì ta sẽ đạt được hạnh phúc, hỷ lạc trong tương lai. Và do đó thầy cũng cho rằng, một trong những thiện hạnh ấy là thầy có trách nhiệm ban pháp quy y cho chúng sinh và làm lợi lạc cho họ. Chỉ cần duy nhất một chúng sinh có thể buông bỏ được tâm chấp ngã thì sự thành tựu này cũng đã mang lại vô vàn lợi lạc rồi.

Cho nên thầy xin tặng cho đại chúng những pháp bảo này và yêu cầu các bạn đừng bỏ phí hay vứt đi mà hãy thực sự hiểu được về lợi lạc to lớn [của huy hiệu và tấm thẻ có ghi câu chân ngôn]. Ví dụ, khi chúng ta đeo chiếc phù hiệu này, thì việc ấy giúp nhắc nhở chúng ta rằng: "Tôi là một hành giả, tôi là một vị Bồ Tát, tôi có trách nhiệm làm lợi lạc chúng sinh", cũng như nhắc nhở chúng ta về việc thực hành chánh niệm, nhắc nhở chúng ta về những giới nguyện mà ta đã thọ lãnh.

Thật ra, giới nguyện chân chính đích thực nhất chính là việc thực hành hạnh nhẫn nhục, không khởi tâm sân hận, giận dữ với người khác. Trong đời sống, đôi lúc chúng ta gặp những chướng ngại, chẳng hạn như có sự bất đồng ý kiến với nhau. Nếu chúng ta có sự bất đồng ý kiến thì chúng ta có thể giải thích cho nhau về ý kiến của mình, điều đó không có gì sai trái cả. Nhưng khi chúng ta giải thích thì tuyệt đối không nên khởi tâm sân hận, ganh tỵ. Đó là điểm cần lưu ý.

Còn điểm thứ nhì là chúng ta cần luôn luôn giữ vững tỉnh giác và chánh niệm.

Những điều trên đây rất quan trọng, vì đây là những phương tiện thiện xảo giúp ta tích tụ công đức. Ví dụ như, nếu có súc sinh nào nhìn thấy được câu minh chú chúng ta đeo trên người thì súc sinh ấy cũng có thể có cơ hội tái sinh vào cõi trời. Đây chính là chân ngôn trong kinh Đại Vũ (Forceful Waterfall Sutra) do đức Phật tuyên thuyết.

Bây giờ chúng ta có thể đọc về lịch sử của lễ quán đảnh này...

(Đọc lịch sử của lễ quán đảnh Dược Sư Phật)

Khi chúng ta thọ nhận quán đảnh, cho dù có cả trăm ngàn quán đảnh khác nhau thì chúng ta cần hiểu rằng tất cả các quán đảnh này cũng chỉ có một ý nghĩa duy nhất mà thôi. Mục đích của quán đảnh là làm cho chín muồi những gì còn xanh non, và qua đó giúp cho dòng tâm thức của hành giả trở nên thuần thục.

Chúng ta sinh ra trong đời này, hiện giờ chúng ta đã có được thân người hiếm quý nhờ trong quá khứ ta đã thực hành bố thí, trì giới, nhẫn nhục. Còn có những chúng sinh tuy đã được sinh ra trong thân người hiếm quý (bởi vì trong quá khứ họ đã trì giữ giới hạnh) nhưng nếu họ không có tâm quảng đại, không thực hành hạnh bố thí thì chúng sinh đó sẽ sống cuộc đời nghèo khó, hoặc nếu không thực hành hạnh nhẫn nhục thì họ sẽ không có được những người bạn hài hòa, không có được thân tướng đẹp đẽ và sự trường thọ. Nói chung, tuy có được thân người hiếm quý nhưng tâm thức của ta vẫn còn non nớt, chưa thuần thục.

Tất cả chúng sinh đều có tánh Phật, đây chính là tiềm năng để đạt được giác ngộ. Tánh Phật của mỗi một chúng sinh trong sáu cõi đều hiện hữu ngay trong dòng tâm thức của chúng sinh ấy. Giống như hạt giống của một bông hoa. Chúng ta có được thân người hiếm quý thì cũng tựa như hạt giống của bông hoa đã thành nụ hoa, nhưng chưa nở thành bông hoa được. Cho nên, trên con đường Kim Cang thừa, để giúp cho nụ hoa ấy bừng nở thì ta cần thọ nhận quán đảnh.

Khi chúng ta tu tập theo Kim Cang thừa, để tịnh hóa thân thì chúng ta quán tưởng [nơi thân mình] có một vị Hộ Phật. Đây là giai đoạn sinh khởi của pháp môn tu tập. Để tịnh hóa khẩu thì chúng ta trì tụng câu minh chú của vị Hộ Phật. Để tịnh hóa tâm thì chúng ta phát khởi tâm Bồ-đề khi thọ nhận quán đảnh. Nếu tiếp tục hành trì như trên thì chúng ta có thể đạt được giác ngộ chỉ trong một đời, hoặc có thể đạt được giác ngộ trong giai đoạn trung ấm (*bardo*).

Ở trong giai đoạn trung ấm thứ nhất, nếu đạt được giác ngộ thì chúng ta đạt được cảnh giới của Pháp thân. Ở trong giai đoạn trung ấm thứ nhì, nếu đạt được giác ngộ thì ta đạt được cảnh giới của Báo thân. Trong giai đoạn trung ấm thứ ba, nếu đạt được giác ngộ thì ta đạt được cảnh giới của Ứng hóa thân.

Để đạt được giác ngộ theo phương cách đó thì chúng ta cần thọ nhận các quán đảnh, giống như là ta đang khai mở và làm cho nụ hoa trong tâm thức ta nở bung ra. Tất cả chúng sinh trong toàn cõi luân hồi, ai ai cũng đều có tánh Phật, nhưng tánh Phật ấy chỉ giống như những hạt giống thôi. Hạt giống ấy chưa được tưới tẩm và thật khó có thể phát triển đầy đủ thành một bông hoa. Nhưng hiện nay chúng ta có được thân người hiếm quý thì đây chính là cơ hội để làm cho tiềm năng [tánh Phật] trong ta chín muồi, trổ quả.

Khi thọ nhận quán đảnh, điều quan trọng là chúng ta cần tuân theo những giới nguyện hay mật nguyện. Có những mật nguyện gốc và những mật nguyện phụ (trọng giới và khinh giới). Thực sự thì việc giữ mật nguyện gốc là quan trọng hơn cả. Các bạn có thể đã nghe nói về rất nhiều mật nguyện phụ. Mỗi một vị Hộ Phật cũng có những mật nguyện phụ khác nhau, nhưng quan trọng nhất vẫn là những mật nguyện gốc, đó chính là tâm từ bi và chánh niệm.

Đôi khi có những người suy nghĩ sai lầm, cho rằng có quá nhiều quán đảnh và tốt hơn hết là không nên thọ nhận quá nhiều quán đảnh. Nhưng trên thực tế, thọ nhận nhiều quán đảnh không có gì sai trái cả, vì khi thọ nhận quán đảnh thì cũng giống như chúng ta đang đón nhận những dấu ấn hay dấu khắc vào trong dòng tâm thức chúng ta. Trong một mật điển có nói rằng, khi ta nhận quán đảnh thì sự gia trì của quán đảnh ấy sẽ tiếp tục duy trì trong dòng tâm thức ta trong suốt bảy kiếp sau đó. Sau bảy kiếp, kết quả của việc thọ quán đảnh này sẽ chín muồi, ngay cả nếu ta không có hành trì gì khác ngoài việc nghiêm trì mật nguyện gốc.

Mật nguyện gốc chính là trưởng dưỡng tâm từ bi cho tất cả chúng sinh, không để sân hận làm cho tâm từ bi ấy bị hư hoại và cố gắng bằng mọi cách nương vào chánh niệm, tỉnh giác. Khi hiểu về mặt nguyện gốc như vậy rồi thì các bạn sẽ hiểu được tinh túy của tất cả trăm ngàn quán đảnh khác. Và khi hiểu được như vậy rồi thì ta có thể chỉ cần hành trì tu tập một vị Hộ Phật thôi cũng đủ.

Khi chúng ta thọ nhận quán đảnh, chúng ta cần hành trì theo những giai đoạn tu tập khác nhau. Trong giai đoạn sinh khởi, ta quán tưởng hình tướng chính mình trong thân tướng vị Hộ Phật để tịnh hóa thân. Tiếp đến, chúng ta tịnh hóa khẩu bằng cách trì tụng câu minh chú của vị Hộ Phật. Có rất nhiều câu minh chú khác nhau nhưng riêng có một câu minh chú ngắn gọn dưới đây bao gồm hết tất cả những câu minh chú khác. Đó là ba chữ *Om ah hum*.

Khi chúng ta tu theo pháp này, chúng ta không cần phát âm ra thành ba tiếng *om ah hum* mà gắn liền những tiếng ấy với từng hơi thở của ta. Khi thở vào chúng ta nghĩ đến chữ *om*, không cần phải quán tưởng gì cả, không cần phải tụng đọc gì cả. Chữ *om* ấy gắn liền với hơi thở vào của ta. Sau đó, khi đưa hơi thở xuống dưới rốn, ta nghĩ đến chữ *ah* ở nơi rốn, bản chất của chữ *ah* là lửa và nhiệt.

Rồi khi thở ra thì ta gắn liền với chữ *hum*, cũng không cần phải quán tưởng hay phát âm gì cả. Trọng điểm mà ta cần chú tâm vào là chữ *ah* ở nơi rốn, nơi nhiệt sẽ phát sinh. Tất cả năng lực gia trì của tất cả các vị Hộ Phật cùng tất cả các câu minh chú [của các ngài] đều nằm gọn trong [ba chữ *om ah hum*] này.

Ngay cả khi chúng ta hành trì giai đoạn sơ khởi của pháp tu Hộ Phật và trì tụng minh chú thì chúng ta cũng chỉ mới tịnh hóa được thân và khẩu thôi. Khi làm như vậy thì cũng chỉ đạt được những quả tạm bợ chứ không đạt được những quả rốt ráo tối thượng. Kết quả rốt ráo tối thượng chỉ có thể đạt được khi ta làm cho dòng tâm thức trở nên thuần thục và thanh lọc được mọi ô nhiễm qua việc phát khởi tâm Bồ-đề. Chỉ đến lúc đó, tâm của chúng ta mới có được sự tự do tự tại, [không bị ngũ độc chế ngự].

Qua công phu quán tưởng vị Hộ Phật, thân của ta được tự do tự tại. Qua việc trì tụng minh chú, khẩu của ta được tự do tự tại. Nhưng quan trọng hơn thế nữa là tâm ta được tự do tự tại, và sự tự do tự tại ấy chỉ có thể đến qua việc tu tập tâm Bồ-đề mà thôi.

Giống như trước đây thầy đã có nói, chúng ta chuẩn bị để dọn từ căn nhà này sang căn nhà khác để được tự do tự tại. Lần này chúng ta dọn đến một cõi tịnh độ và cõi ấy giống như cầu vồng giữa trời. Chúng ta sẽ ra đi khỏi cuộc đời này, và nếu không có sự chuẩn bị thì chúng ta sẽ chết đi với những tập khí xấu xa và đem dấu ấn của nghiệp lực theo bên mình. Và rồi tâm ô nhiễm nào mạnh thì tâm ấy sẽ dẫn dắt ta sanh vào cõi tương ứng, và ta sẽ tiếp tục trôi lăn trong cõi Ta-bà.

Bởi thế, chúng ta cần có sự chuẩn bị trước, để khi ra đi ta có thể đến được một cõi tịnh độ. Đó là lý do rất quan trọng để chúng ta hành trì theo pháp tu Hộ Phật. Bất cứ người nam nào phát khởi được tâm Bồ-đề hay tâm từ bi thì người đó chính là đức Chenrezig (Quán Thế Âm). Bất cứ người nữ nào phát khởi được tâm từ bi thì người đó chính là đức Tara. Nếu các bạn trì tụng một trong hai câu minh chú (của đức Chenrezig hoặc đức Tara) thì câu đó bao gồm tất cả các câu minh chú khác. Và được như vậy thì thật sự các bạn cũng chẳng cần phải trì tụng câu chú nào khác nữa!

Bài giảng này được ban tại lễ quán đảnh Phật Dược Sư.

Mọi sai sót là do người dịch.

Mọi công đức xin hồi hướng về pháp giới chúng sinh.

MỤC LỤC

Với cả tấm lòng 5

ĐỨC ĐẠT-LAI LẠT-MA XIV

Bài thuyết pháp tại Ladakh 11
Nói chuyện với Phật tử Ladakh 29

BÀI GIẢNG CỦA SONAM RINPOCHE

I. Động cơ của việc học Pháp 36
II. Kỷ luật của việc học Pháp 47
III. Lam-rim 51
IV. Ngoại Ngondro 60
V. Quy y và lễ lạy 70
VI. Dòng truyền thừa Drikung 81
VII. Cây quy y 87
VIII. Thờ cúng trong Kim cang thừa 96

BÀI GIẢNG CỦA GARCHEN RINPOCHE

Ba mươi bảy pháp hành Bồ Tát đạo 108
Pháp đàm với Garchen Rinpoche 126
- Thầy và đệ tử 127
- Bồ Tát hạnh 137
- Căn bản đường tu 147
- Gia đình - người thân 162
- Nhân quả 168

Cúng Tsok - Ngondro 176
- Sám hối 185
- Cúng dường Mạn-đà-la 187
- Guru Yoga 189
- Cúng Tsok 191

Nối kết với chư vị Hộ Phật 197

Lời thưa

Trong kinh Pháp Cú, đức Phật dạy rằng: "Pháp thí thắng mọi thí." Thực hành Pháp thí là chia sẻ, truyền rộng lời Phật dạy đến với mọi người. Mỗi người Phật tử đều có thể tùy theo khả năng để thực hành Pháp thí bằng những cách thức như sau:

1. Cố gắng học hiểu và thực hành những lời Phật dạy. Tự mình học hiểu càng sâu rộng thì việc chia sẻ, bố thí Pháp càng có hiệu quả lớn lao hơn. Nên nhớ rằng **việc đọc sách còn quan trọng hơn cả việc mua sách**.

2. Phải trân quý kinh điển, sách vở in ấn lời Phật dạy. Khi có điều kiện thì mua, thỉnh về nhà để tự mình và người trong gia đình đều có điều kiện học hỏi làm theo. Không nên giữ làm của riêng mà phải sẵn lòng chia sẻ, truyền rộng, khuyến khích nhiều người khác cùng đọc và học theo. Không nên để kinh sách nằm yên đóng bụi trên kệ sách, vì **kinh sách không có người đọc thì không thể mang lại lợi ích**.

3. Tùy theo khả năng mà đóng góp tài vật, công sức để hỗ trợ cho những người làm công việc biên soạn, dịch thuật, in ấn, lưu hành kinh sách, **để ngày càng có thêm nhiều kinh sách quý được in ấn, lưu hành**.

Thông thường, việc chi tiêu một số tiền nhỏ không thể mang lại lợi ích lớn, nhưng nếu sử dụng vào việc giúp lưu hành kinh sách thì lợi ích sẽ lớn lao không thể suy lường. Đó là vì đã giúp cho nhiều người có thể hiểu và làm theo lời Phật dạy. Mong sao quý Phật tử khắp nơi đều lưu tâm đóng góp sức mình vào những việc như trên.

TINH YẾU THỰC HÀNH PHÁP THÍ

- *Mua thỉnh kinh sách về đọc, tự mình sẽ được rất nhiều lợi ích.*
- *Chia sẻ, truyền rộng bằng cách cho mượn, biếu tặng kinh sách đến nhiều người thì lợi ích ấy càng tăng thêm gấp nhiều lần.*
- *Đóng góp công sức, tài vật để hỗ trợ công việc biên soạn, dịch thuật, giảng giải, in ấn, lưu hành kinh sách thì công đức lớn lao không thể suy lường, vì có vô số người sẽ được lợi ích từ việc lưu hành kinh sách.*